குச்சுக் கால் மடக்கி
குவளைக் கை மடித்து...

புத்தகங்கள், கட்டுரைகள்,
கதைகள் எழுதுவதற்கு முன் எழுதிய
கவிதைகள்

சோம வள்ளியப்பன்

Title: Kuchu Kaal Madakki Kuvalai Kai Madithu
Author's Name: Soma Valliappan

Published by Piragu Prachuram

Piragu Prachuram
(An imprint of Zero Degree Publishing)
No.75 & 76, I Floor, Kuppusamy Street,
Balaji Nagar, Padi,
Chennai - 600050

Website: www.zerodegreepublishing.com
E Mail id: zerodegreepublishing@gmail.com
Phone: 89250 61999

Piragu Prachuram First Edition : January 2026
ISBN : 978-93-95473-69-9
TITLE NO PP :27

Layout : G.Selvakumar
Cover Design : Vijayan, Creative Studio
Printed at Rathna Offset Printers, Chennai, India

பொருளடக்கம்

அணிந்துரை

கலைமாமணி ஏர்வாடி
எஸ். இராதாகிருஷ்ணன்
ஆசிரியர்,
கவிதை உறவு
இலக்கிய மாத இதழ்.

கவிதை எங்கே இருக்கிறது என்றால், சிலருக்கு சில வரிகளில் இருக்கலாம். சிலருக்கு, இரண்டு வரிகளுக்கு இடையில் இருக்கலாம். *Reading between the lines* என்கிறோமே அதுபோல. அது, எங்கும் இருக்கிறது. ஆனால், "உள்ளத்து உள்ளது கவிதை" என்பார் கவிஞர் தேசிக விநாயகம் பிள்ளை.

அது வெளிப்படுவது வார்த்தைகளிலும், உருப்பெறுவது, அசையாகவும், இசையாகவும், சீராகவும், சந்தமாகவும் வடிவம் எத்தனை கொண்டாலும், அடிப்படையில் இன்பம் என்பதுதான் கவிதை.

கூடுதலாக இனிமையாகவும் என்பது கவிதை. இல்லையென்றால், எத்தனையோ துயரங்களுக்கு இடையிலும், "எத்தனை கோடி இன்பம் வைத்தாய் இறைவா!" என்று பாரதி பாடி இருப்பானா? "எத்தனையோ இன்பங்கள் நாட்டில் உண்டு. அத்தனைக்கும் மேல் இன்பம்

பாட்டில் உண்டு” என்று பட்டுக்கோட்டைதான் புகழ்ந்து இருப்பாரா? கூடுதலாக கவிதை இயல்பானதும் கூட என்பதைப் புலப்படுத்தி இருக்கிறது இத் தொகுதி.

என் இனிய நண்பர், முன்னேற்ற சிந்தனைகளால் முகவரி பெற்றிருக்கிற, இமைப்பொழுதும் சோராத, சிறந்த படைப்பாளர் சோம வள்ளியப்பன் அவர்களைக் கவிதையும் தன்னை ‘முயற்சித்துப் பார்’ எனத் தூண்டி இருக்கிறது. கவிதைக்கான பொருளை அவரது அனுபவங்கள் அவருக்குத் தந்துள்ளன என்பதால், இத்தொகுப்பு இயல்பானதும் இன்பம் தருவதாகவும் இருக்கிறது. அவருக்கு எல்லாமும் கவிதைக்கான கருப்பொருள்தான்.

தமிழன்பன் அவர்கள் குறிப்பிடுவதைப்போல, “ஒரு நல்ல கவிதை, தான் வெளிப்பட ஒரு கவிஞனை தேர்ந்துக் கொள்கிறது.” என்பதற்கேற்ப கவிதைகள், தாம் வெளிப்பட நண்பர் சோம வள்ளியப்பன் அவர்களைத் தேர்ந்து கொண்டுள்ளது.

எல்லா கவிதைகளும் இயல்பாக ஒப்பனை இன்றி நிர்வாணமாக ஓடிவருகிற குழந்தைகளைப் போல குதித்துக்கொண்டு வந்திருக்கின்றன. உண்மை எப்போதும் நிர்வாணமாகவே இருக்கும் என்பதைத்தான், ‘நேக்கட டிரூத்’ என்று சொல்கிறோம்.

ஒவ்வொரு கவிதையிலும் வலிகள் உள்ள வார்த்தைகள் இருக்கின்றன என்பதற்கு அப்பால், கவிதை இருக்கிறது. கூடவே, பல காட்சிகளும் உண்மையும் இருக்கின்றன. எடுத்துக்காட்டாக சாட்சியமாக சிலவற்றைச் சொல்லலாம்.

‘எழப்பா, ஏழு மணி’. அலுவலகம் செல்ல வேண்டிய ஒரு சராசரி மனிதனின் அல்லது மனுஷியின் படபடப்பு பரபரப்பு தான் இப்பாடல்.

எழப்பா ஏழு மணி.
குளி, கொட்டிக்கொள்.
அடி, பிடி. இடம் பிடி.
இடித்து இறங்கு
....
வருவாள் உன் மனைவி
வக்கீலாய் அவர்களுக்கு.
சிறிது நேரம் வாதாடு
பின் வாபஸ் வாங்கி வெளியேறு"
"பிள்ளைகள் உறங்கும்.
பின்கட்டில் அவள் இருப்பாள்.
உணவு அருந்து.
நிதி நிலைமை அதில் உணர்."

இந்த அனுபவம் பெற்றவர்களில் நீங்களும் ஒருவராக இருக்கக்கூடும். நம்மோடு இருந்து நம்மைப் பற்றி யாரோ எழுதியிருக்கிறார்கள் என்று இப்பாடல் எண்ண வைக்கும். இதன் இயல்பு தன்மைக்காக கவிஞர் என்ற (இனி அவரைத் தாராளமாக இப்படி அழைக்கலாம்) சோம வள்ளியப்பன் அவர்களின் வெற்றி.

தொடர்ந்து, 'அம்மா அங்கே தேடுகிறாள்' கவிதை இது வள்ளியப்பனே ரசிக்கிற வள்ளியப்பனின் கவிதை. கவிஞர்கள் முதலில் நல்ல கவிதைகளின் ரசிகர்களாகி விட வேண்டும் என்பார் கவிஞர் வாலி. நான் கூட அவருடைய, கவியரசருடைய, கவிஞருடைய, அரசவைக் கவிஞருடைய கவிப்பேரரசுடைய, இன்னும் எண்ணற்ற கவிஞர்களின் எண்ணற்ற கவிதைகளை ரசித்ததால்தான் கவிஞன் ஆனேன் என்பதை கர்வத்தோடு சொல்லிக் கொள்வேன். கூடவே என்னையும் நான் ரசிப்பேன். தன் நல்ல கவிதையை வள்ளியப்பன் ரசிக்கக் கூடாதா என்ன? கூடவே நாமும் ரசிக்கலாம்.

அந்தக் குழந்தையின் சேட்டையையும் அதன் தாய் படும் பாடும் நமக்குத் தருகிற இன்பத்தை வேறு எது தரும்?

“அம்மா அங்கே தேடுகிறாள்.

இங்கே என்ன ஆராய்ச்சி?”

என்று தொடங்கி,

“குட்டி உனக்குக் கொண்டாட்டமா” என்பது வரை நமக்கும் கொண்டாட்டமாக இருக்கிற, நம்மை வசப்படுத்திக்கொள்கிறது இக்கவிதை.

‘அவரவர் கவலையும்’ அப்படித்தான். தொடர்ந்து, ‘நண்பனுக்கு திருமண வாழ்த்து.’

“யாருக்காக எழுதினேன் என்று நினைவில்லை என்ற முன்குறிப்போடு அவர் எழுதியிருக்கிற கவிதை. ‘எனக்காகத்தான்’ என்று ஒவ்வொருவரும் நினைத்துக் கொள்ளலாம். அப்படி ஒரு பொதுமை கவிதை.

‘இதுதான் வாழ்க்கை.

இதுவே வாழ்க்கை.

பழகிவிடும். பயப்படாதே’

என்று இக்கவிதையை முடிக்கிறார். இதுதான் நல்ல முடிவு. நான் என் நண்பர்களுக்கு அடிக்கடி ஒன்றைச் சொல்வேன். எவரிடத்தும், ஏதேனும் கசப்பான அனுபவம் நேரும்போது, எதிர்வினை ஆற்றுவதை விடவும், இதயம் சோர்ந்து விடுவதை விடவும்,

‘இப்படித்தான் இருக்கும்.

இப்படித்தான் இருப்பார்கள்’

என்கிற என் இலகு மந்திரத்தைச் சொல்லிக்கொண்டு இருந்தால், போதும். மனம் ஆறுதலில், அமைதி பெறும்.

நிறைவாக...

பெரிய பெரிய கவிதைகள் என்றாலும், சிறிதும் சலிப்பில்லாத நடை. சுவாரஸ்யம், இயல்புத் தன்மை யாவும் இப்படைப்பின் வெற்றி. இனிமேல் நண்பர் சோம வள்ளியப்பன் அவர்களைத் தாராளமாக கவிஞர் என்றே அழைக்கலாம்.

நூல் நிறைவுறும் இடத்தில்,

'அவன் பேசுவது பேனாவால்.

பிரசுரிப்பான் ஒவ்வொன்றாய்'

எம் கவிஞர் சோம வள்ளியப்பன் அவர்களுக்கு நூல் பிரசுரம் (பிரசவம்) பார்த்திருக்கும் நண்பர் ஸீரோ டிகிரி ராம்ஜீ நரசிம்மன் அவர்களையும் பாராட்டி மகிழ்கிறேன். அவரும் இனி சோம வள்ளியப்பன் அவர்களுக்கு தொடர்ந்து பிரசவம் பார்க்கட்டும்.

அன்புடன்
ஏர்வாடி எஸ்.இராதாகிருஷ்ணன்
சென்னை-600 040
28.12.2025

முன்னுரை

அள்ள அள்ளப் பணம், இட்லியாக இருங்கள், காலம் உங்கள் காலடியில், சிறந்த நிர்வாகி ஆவது எப்படி? நாட்டுக் கணக்கு போன்ற புத்தகங்கள் எழுதி, பொருளாதாரம், பங்குச் சந்தை, நேர மேலாண்மை, நிர்வாகம் போன்றவை குறித்து எழுதுபவராக நான் தமிழ் கூறும் நல்லுலகத்தால் அறியப்படுகிறேன்.

என் வாசகர்கள் மற்றும் என்னை அறிந்தவர் பலருக்கு சமீபத்தில் நான் கொடுத்த முதல் அதிர்ச்சி, நான் சிறுகதைகளும் எழுதுவேன் என்ற செய்தி. அதிலும், சில பரிசு பெற்ற சிறுகதைகளும் ஒரு பரிசு பெற்ற சிறுகதைத் தொகுப்பும் எழுதி இருக்கிறேன் என்பது கூடுதல் வியப்பைத் தந்திருக்கலாம். ஆம்! கிழக்கு பதிப்பகம் வெளியிட்ட, 'ஜெமினி சர்கிள்' என்கிற என் சிறுகதைத் தொகுப்பு கம்பம் பாரதி கலை இலக்கியப் பேரவையின் முதல் பரிசு பெற்றது.

ஆக, அடிப்படையில் நான் ஒரு எழுத்தாளன். அபுனைவுகள் மட்டுமல்ல புனைவுகளும் எழுதுகிறேன். நிற்க.

உள்ளடக்கங்கள் மட்டுமல்ல வடிவங்களிலும் நான் வெவ்வேறானவற்றை முயற்சி செய்திருக்கிறேன். எல்லோரையும் போல நானும் முதலில் எழுதியது கவிதைகள்தான். அவற்றை நானே துணிச்சலாக 'கவிதைகள்' என்று சொல்கிறேன். மற்ற பலரும் சொல்லிக்கொள்வதைப் போல!

பள்ளி, கல்லூரி காலத்திலேயே தமிழ் தெரிந்தவர்களுக்கு கவிதை எழுத ஆசை வந்துவிடும் போல. அதிலும் குறிப்பாக, என் இளமைப் பருவத்தில் நான் பார்த்த அளவில், நிலைமை அப்படித்தான் இருந்தது.

இப்போதும் கூட அவ்வப்போது நான் தொடர்ந்து சிறுகதைகள் எழுதி வருகிறேன். சில வெகுஜன இதழ்களிலும் பிரசுரம் ஆகின்றன. இதுவரை என்னுடைய நான்கு சிறுகதைத் தொகுப்புகள் வந்துவிட்டன. ஐந்தாவது, தலைமுறைகள் ஆயத்தமாகிக்கொண்டிருக்கிறது. ஒரு குறுநாவல் வெளிவந்து, சில பல ஆண்டுகள் ஆகின்றன. ‘திட்டம் 6’ என்று ஒரு நாவல் வெளிவர இருக்கிறது.

ஆனால், கவிதைகளில் ஆரம்பித்த நான், சிறுகதைகளுக்குப் போய், குறுநாவல் வழியாக கட்டுரைகள் எழுதிப் பிறகு, புத்தகங்கள் எழுதுகிறேன். என்ன காரணத்தாலோ மீண்டும் கவிதைகள் எழுதவில்லை.

எனவே, இந்தப் புத்தகத்தில் இருப்பவை எல்லாம் நான் எப்போதோ எழுதிய கவிதைகள். ஏதோ வேலையாக பழைய கோப்புகளைப் புரட்டியபோது எனக்கு படிக்கக் கிடைத்தன. வாசித்தபோது, ‘அட! நானும் சில நல்ல கவிதைகள் எழுதியிருக்கிறேன்’ என்று தோன்றியது.

நல்ல கவிதை என்றால் அதன் வடிவத்தில் நான் உயரத்தை அடையாமல் இருக்கலாம் ஆனால், உள்ளடக்கத்தில், வெளிப்படுத்தும் விதங்களில் நன்றாக இருப்பதாகவே தோன்றுகிறது. கவிஞர்கள் முடிவு செய்யட்டும்.

அதே சமயம் நான் எழுதிவைத்திருப்பவற்றுள் சில மட்டுமே ‘அந்த அளவு’ என்பது எனக்குத் தெரியும். அதனால், ஓரளவிற்கு அச்சில் வரத் தகுதியானவை என்று நான் முடிவு செய்தவற்றை மட்டும் இந்தப் புத்தகத்தில் கொடுக்கிறேன்.

புத்தகத்தில் இருப்பவை பெரும்பாலானவை கவிதைகள் தான் என்றாலும், இந்தப் புத்தகம் ஒரு கவிதைப் புத்தகம்

அல்ல. அல்லது கவிதைகள் மட்டுமே இருக்கும் புத்தகமல்ல. எனவே இந்தப் புத்தகம், கவிதைகளை ரசிப்பவர்களுக்கு மட்டுமல்ல. அவர்களுக்கு பிடிக்கும் அளவு ஒரு சில கவிதைகள் இருக்கலாம்.

ஆனால், முக்கியமாக, நான் ஒரு இளைஞனாக எப்படி சிந்தித்திருக்கிறேன் அல்லது 40, 50 ஆண்டுகளுக்கு முன்னால் எப்படியெல்லாம் என் போன்ற சில இளைஞர்கள் சிந்தித்தோம் என்பவற்றை இந்தக் கவிதைகள் காட்டும்.

நான் எழுதிய கவிதைகளைச் சில தசமங்களுக்குப் பின் படிக்கையில் என்னை நான் திரும்பிப் பார்ப்பதுபோல் இருக்கிறது. அநேகமாக அந்தக் காலகட்டத்தில் பலர் இப்படி இருந்திருப்பார்கள் என்றும் யோசிக்கிறேன்.

இந்தக் காரணங்களால், இந்தப் புத்தகம் மற்ற கவிதைப் புத்தகங்களில் இருந்து நிச்சயமாக வேறுபட்டது. கவிதைகளைத் தேடிப் படிக்காதவர்களையும் ஈர்க்கக்கூடியது.

கவிதைகள் தவிர அந்தக் கவிதைகள் குறித்து நான் கொடுத்திருக்கிற குறிப்புகளும் படிப்பதற்குச் சுவாரசியமாக இருக்கும் என நினைத்து அவற்றைப் பதிவு. செய்திருக்கிறேன்.

இதை வெளியிடும் ஸீரோ டிகிரி பதிப்பகத்திற்கும், குறிப்பாக, திரு ராம்ஜீ நரசிம்மன் அவர்களுக்கும் என் நன்றி. என் புத்தகங்கள் சிலவற்றுக்கு விருதுகள் வழங்கியுள்ள கவிஞர் ஏர்வாடியார் அவர்களை அணிந்துரை தரக் கேட்டேன். ஆகா என்பதுதான் அவர் கூறிய முதல் வார்த்தை. அற்புதமாக ரசித்து, பாராட்டி எழுதியுள்ள, கூடுதலாக என்னைக் கவிஞர் என்று விளித்துள்ள கலைமாமணி, கவிஞர் ஏர்வாடி திரு ராதாகிருஷ்ணன் அவர்களுக்கும் என் நன்றி.

சோம வள்ளியப்பன்
22.12.25
அபிராமபுரம்.

1

அவன் செய்கிறான்

‘அவன் செய்கிறான்’ என்கிற பாடல் ஒரு மகிழ்ச்சியான நேரத்தில் எழுதியது என்று நினைவிருக்கிறது.

பொதுவாக மனித முயற்சிகளில் பெரும் நம்பிக்கை வைத்திருக்கிறவன் நான். அதை நேரில் பார்த்தவன். செய்து வெற்றி பெற்றவன். ஆனாலும், அதே அளவு இறை நம்பிக்கையும் உள்ளவன்.

பல்வேறு முயற்சிகள் பலனளிக்காமல் திடீரென ஒரு சமயம் நாம் எதிர்பாராத அளவு வெற்றிகள் கிடைக்கிற போது, அந்தப் பெருமையை இறைவனுக்குத் தானே கொடுக்க வேண்டும். அப்படிப்பட்ட மனநிலையில் எழுதியது.

அனேகமாக 2005 ஆவது ஆண்டாக இருக்கலாம். சில ஆண்டுகளாகப் பல சிறுகதைகள் அனுப்பி அவற்றில் ஒன்றே ஒன்றைத் தவிர வேறு எதுவும் பிரசுரமாகாமல் இருந்த நிலையில், திடீரென ஆனந்த விகடனில் இருந்து ஒரு தொடர் எழுத அழைத்தது, தொலைக்காட்சி நிகழ்ச்சிகளில் சிறப்பு விருந்தினராக அழைத்தது பொதுக்கூட்டங்களில் பேச அழைத்தது போன்றவற்றை நான் ‘கொட்டுவதாக’ குறிப்பிட்டிருக்கலாம்.

எதுவும் நாம் செய்வதில்லை.
அவன் செய்கிறான்.
நாம் செய்யும்போதெல்லாம்
விளையாததை நினைத்து வெகுந்ததுண்டு,
துவண்டதுண்டு. விளையும் போது
கொட்டுகிறதே அது எவன் செய்தது?

எதுவுமே நாம் செய்வதில்லை.
அவன் செய்கிறான்.

தேடித் தேடி, ஓடி ஓடி,
வலிக்க வலிக்க, வலிய வலிய
எது எதுவோ செய்தும், எதுவும் ஆகாமல்
வெறுத்துப் போய் விட்டு விட நினைக்கையில்
பளீரென, கண் கூசும் அளவு!
நம்ப முடியாத விதம்..!!
இதெல்லாம் நிஜம்தானா?

எதுவுமே நாம் செய்வதில்லை
அவன் செய்கிறான்.

2
சில கவிதைகள்

'எழப்பா 7 மணி' ஒரு வேகத்தில் எழுதிய கவிதை என்று நினைக்கிறேன். மன்னிக்கவும் பாடல் என்று திருத்திக் கொள்கிறேன். எழுத்து என்றால் என்னவென்று தெரியாத கல்லூரி படிக்கும் காலமாக இருக்க வேண்டும். காரணம் என்னுடைய முதல் வேலையில் ஒரு நிறுவனத்தில் வெளிவந்த நிறுவன 'ஹவுஸ் மேகஸினில்' இந்தப் பாடல் வெளிவந்தது.

இதில் ஒரு ஆச்சரியம் அல்லது வருத்தம் என்னவென்றால் இப்படி ஒரு கவிதை இருக்கிறது. இதைக் கொடுக்கிறேன் என்று நான் சொல்லிக் கொடுத்தது, சாம்சன் என்கிற நிறுவன மருந்தகத்தில் பணியாற்றிய பார்மசிஸ்டிடம்.

பாடல் வெளிவந்து விட்டது. மகிழ்ச்சி. உடன் வருத்தமும். காரணம், அதை எழுதியதாகப் போடப்பட்டிருந்த பெயர் சாம்சன்!

அதன் பிறகும் அது மீண்டும் ஒருமுறை வெளிவந்தது அமுதசுரபி இதழில். என் பெயர் போட்டே. உதவி, தம்பி இயக்குநர் வசந்த்.

இந்தப் பாடலைப் பார்த்தபோதும் இதற்குப் பிறகு வேறு சில பாடல்களைப் பார்த்தபோதும் எனக்குப் புரிந்தது, நான் பெரும்பாலும் என்னுடைய கதை கட்டுரைகளில் செய்கிற காட்சிப்படுத்துதலைத் தான் பாடல்களிலும் செய்திருக்கிறேன், செய்துகொண்டிருக்கிறேன் என்பது.

எழப்பா ஏழு மணி!

(அமுதசுரபி பல்சுவைப் பகுதியில் வெளிவந்தது. அச்சில் வந்த முதல் படைப்பு)

எழப்பா ஏழு மணி.
குளி, கொட்டிக்கொள்.
அடி, பிடி. இடம் பிடி.
இடித்து இறங்கு.

காத்திரு கார், வண்டி செல்ல.
குறுக்கே ஓடு. மறுபக்கம் செல்ல.
பிடிபடு காவல்காரனிடம்.
அலுவலகம் மறந்து, அவன் பின் செல்.

அழு அபராதம்.
பணப்பை வீக்கம் குறைந்து
மதியம் பாழ் வயிற்றில் அடி.
ஓடு அலுவலகம்.

அழைப்பு வரும்.
அதிகாரி கத்துவார்.
காலதாமதத்திற்குக் காரணம் சொல்.
இதுவும் புளுகேவெனப் புன்னகைப்பார்.
பொறுத்துக் கொள்.

வேலை முடிந்து வெளியே வா.
உனக்கு முன்னே பெருங்கூட்டம்.

சமாளித்து வீடு வா.
காபி கசாயம் அருந்தி, தினசரி பார்.

விடிந்ததா இப்போதாவது?
"உப்பில்லை. புளியில்லை.
இது உன்தப்பில்லை.
உன்னைக் கட்டிய என தப்பு" எனத்
தப்புவாள் பத்தினி.
எப்படியோ தப்பி.

புத்தகமும் புதுச்செருப்பும் வேண்டி
மனு செய்வர் நும் புத்திரர்.
அதையும் முடித்து
உன் நிலை சிந்தி.

கிளம்பும் வானக் கூட்டம் போர்க்களத்திற்கு.
நீ பெற்ற செல்வங்களை
சனியன்கள் என அழைத்து
சத்தத்தை மேலும் அதிகமாக்கு.

வருவாள் உன் மனைவி
வக்கீலாய் அவர்களுக்கு.
சிறிது நேரம் வாதாடு
பின் வாபஸ் வாங்கி வெளியேறு.

காத்திருக்கும் கடன்காரர் கண்ணில் படு.
கவலைப் படு.
கதாசிரியர்களையும் கற்பனையில் மிஞ்சு.
தற்காலிகமாய்த் தப்பு.

உணவுப்பை இரை கேட்டுக் கொக்கரிக்கும்.
மனை, மனைவி நினைவு வந்து, வீடு வா.

பிள்ளைகள் உறங்கும். பின்கட்டில் அவள் இருப்பாள்.
உணவு அருந்து. நிதி நிலைமை அதில் உணர்.

வாழ்க்கை வெறுத்துப் படு.
படை எடுக்கும் கொசு.
சத்தமாய் அதை திட்ட,
தன்னைத்தான் என நினைத்து
கோபிப்பாள் உன் மனைவி.

திருப்பித் திட்ட சக்தியற்று
சாதுவாகி விடு. சமாதானம்
வேறு எதற்கோ என
அவளும் நெருங்கிப் படுப்பாள்.

நாளைய பிரச்சினைகளுக்கு
மேலும் வித்திடு.
என்ன சத்தம்?
எட்டிப்பார். பால்காரன்.
பாவம் நீ, எழப்பா, ஏழு மணி.

3

குறும்புக் குழந்தை

குறும்புக் குழந்தை பாடல் எனக்கு இப்போதும் பிடிக்கிற பாடலாக இருக்கிறது ஒரு பாடலாசிரியராக சோம வள்ளியப்பனை எனக்குப் பிடிக்கிறது.

வேலை காரணமாக பல ஊர்களில் இருந்த என் போன்ற பலருக்கும் பிரபல வார மாத பத்திரிகைகள் ஒரு பெரும் வரப்பிரசாதம். அதிலும் ஆனந்த விகடன் பெரிய பத்திரிகை. அதில் எப்படியாவது எதையாவது பிரசுரம் செய்துவிட வேண்டும் என்று ஆவலாக இருந்திருக்கிறேன்.

போட்டி வைத்திருப்பார்கள் போல. விவரங்கள் நினைவில்லை. அப்பொழுது எழுதிய வரைவு (டிராப்ட்) தாள்கள் கிடைத்தன. இவையெல்லாம் கிடைக்கின்றன என்றால், அவற்றை எல்லாம் பத்திரமாக நான் வைத்திருக்கிறேன் என்பதும் தெரிய வருகிறது. இப்படித்தான் எத்தனையோ ஆண்டுகளுக்கு முன்னால் எழுதிய சிறுகதைகளை எல்லாம் எடுத்து இப்போது படித்துப் பார்க்கிறேன் சுவாரசியமாக இருப்பவற்றைத் தொகுப்புகளில் சேர்க்கிறேன்.

இந்தப் பாடல்களிலும் காட்சிப்படுத்துதல் முக்கியமாகப் படுகிறது.

ஆனந்த விகடன்,
தபால் பெட்டி எண் 10 24, தி நகர், சென்னை-600 017

1

அடுக்களை வேலை அம்மாவுக்கு
அப்பா வெளியில போயிருக்கார்.
வாகான நேரம் தம்பி பயலுக்கு
தப்பிச்சு ஓட, விளையாட...

நாய்க் குட்டி, சாக்லேட் பேப்பர்,
சகதியில பேப்பர்க் கப்பல்,
சைக்கிள் டயர் உருட்ட சீக்கிரம் போகணும்.
கம்பி கேட்டு வேற நடுவுல!
எட்டு, எம்பு, எகிறி குதி..
அடச்சீ டவுசரு... இது வேற!

அம்மா அங்க அசந்த நேரம்
குட்டி உனக்குக் கொண்டாட்டமா?
எட்டிப் பிடிக்க முடிஞ்சதால
செஞ்சு வச்சியோ திறப்பு விழா

சொட்டும் தண்ணீர் அதிசயம்தான்
உண்மையைச் சொல்லு எந்தூரு?

கத்தும் அம்மா குரல் கேக்குதோ
இங்கே என்ன ஆராய்ச்சி?

2
அம்மா அங்கே தேடுகிறாள்
இங்கே என்ன ஆராய்ச்சி?
அக்கறையாய் ஒரு வேலை
அவசியமா ஒரு காலை?

ஜரூராய் ஒரு வேலை,
உடன் சந்தேகமாய் ஒரு பார்வை.
யார் வீட்டு பைப்போ
உள் தள்ளியது மணலோ!

குத்துப்படுவது சுண்டெலியா?
தள்ளப்படுவது பல் செட்டா?
பத்த வைப்பது லட்சுமி வெடியோ!
பாட்டியின் பல்செட் அதற்கடியிலோ?

3

அம்மா அங்கே அசந்த நேரம்
குட்டி உனக்குக் கொண்டாட்டமா?

எட்டிப் பிடிக்க முடிந்து விட்டதால்,
பைப்பை திறந்து விட்டாயோ?

கத்தும் அம்மா குரல் கேக்குதா?
பார்த்து ஓடு பிடி படாமல்.
பெரியவர்களே ஒரு கணம் நின்று
ரசிக்கிறார்கள் உனை பிரமாதம்..

4

பாலு உன்தன் பிஞ்சுக் கைகள்
மல்லிகா அறியாததா?
எடுடா கையை. கண்டுபிடிச்சிட்டாள்.
கத்த போறா பாலுன்னு.

பார்த்ததும் தெரியும்
அவ பயந்த கதை.
ஆனா, தம்பி ஒரு விஷயம்.
போட்ட வேஷம் காந்தி தாத்தா.
சிரிக்கப் போறா சந்தோஷத்துல.

5

பாடம் படிக்கிறத விட்டுபுட்டு,
பையை ஓரமா எறிஞ்சிட்டு,
சட்டையையும் கழட்டி வீசிப்பிட்ட.
கையில என்ன ஆயுதமோ!

கண்ணும் கருத்தும் ஒத்தாப்ல
மீசையில குச்சி படாமலே
இந்தா கொஞ்சம் முன்னேறு.

அலறப்போறார் அல்போன்சு
ஓடப்போற உன்பாட்டுக்கு.
பொடி கிட்டிச்ச நாசியடா.
சும்மா விட்டு விளையாடு.

4

அவரவர் கவலை

'அவரவர் கவலை' என்கிற இந்தப் பாடல் ஓர் ஆரம்பப் பள்ளிக்கு அருகில் இருந்த அறை ஒன்றில் நான் தங்கி இருந்தபோது எழுதியது என்று நினைக்கிறேன்.

இந்தப் பாடலை மீண்டும் படித்துப் பார்க்கும்போது எனக்கு அந்தப் பள்ளி, கண்ணில் பட்ட குட்டிப் பிள்ளைகள் எல்லாம் நினைவுக்கு வருகிறார்கள். மகிழ்ச்சி கொடுக்கிறார்கள்.

அங்கு கற்கும் குழந்தைகளின் மனது போல
அது ஒரு திறந்த வெளிப்பள்ளி.
அலுவலகத்துக்கும் ஆறாப்புக்கும் மட்டும்
மண் சுவருக்கு மேல் தென்னை ஓலை.

இரவு மழை பெய்த ஈரத்தரை.
காலைக் கதிரவனின் கண் சிமிட்டல்.
இன்று பள்ளி அரையாண்டுத் தேர்வு.
சீருடை தேவையில்லை.

காலை விநாயகரைக் கண்டு
வினாக்களுக்கு விடையளிக்க வேண்டித்
திருநீறு இட்டுப் பின்னர்
வரிசையாய் அமர்ந்தென வண்ணச் சிட்டுகள்.

சாந்தி டீச்சர் கரும்பலகையில் கேள்விகள் எழுதினார்.
தெரியவில்லை என இடம் மாறியது ஒரு வாண்டு.
'இன்றும் குடித்துவிட்டு வருவானோ தன் கணவன்'
தொண்டையை அடைத்தது சாந்தி டீச்சருக்கு

"கேள்வி எழுதி, பதில் எழுதணுமா டீச்சர்?"
குட்டிப்பையன் விச்சுவின் கேள்வி.
"சும்மா எழுதுடா குரங்கே"

'அடடா சில்லறையை சீனிடப்பா
அருகில் விட்டோமே.
மாலைவரை இருக்குமா, அவர் கண்ணில் படாமல்?'

"பென்சிலில் எழுதலாமா டீச்சர்?'
சுளீர் பதிலாகுமென சுந்தர் நினைக்கவில்லை. ஆனது.
ஆடிப் போயின ஆண்கள்.
அடங்கிப் போயின பெண்கள்.

ஒரு வழியாக எழுதி முடித்து அமர்ந்தார் ஆசிரியை
குசு குசு. கிசுகிசு.
ஏழெட்டு எவ்வளவு?
ஆறில் ஐந்து போனால் மீதி?

பதினாலை மூணால் நாள் வகுத்தால், ஈவு என்ன?
சந்தேகங்கள் குழந்தைகளை தனித்தனியாய் சிந்திக்க
விடவில்லை.
பரிட்சை என்பதை மறந்து பரிமாறிக் கொண்டன
பிரம்பு பேசியது பின்பு.

'சீ சீ என்ன குழந்தைகள் இவை!
அவன் இப்படியே குடித்துக் கொண்டிருந்தால்
என் குழந்தை சரசுவைக் காப்பாற்றுவது எப்படி?/
சிந்தனை சாந்தி டீச்சருக்கு.

5
வித்தியாசம்

பல்லாவரத்துக்கு பக்கத்தில் பாதியே வளர்ச்சி அடைந்த பழவந்தாங்களில் என்ற சொற்கள் எனக்கு என்னுடைய வாலிப வயது காலத்து சென்னையை நினைவூட்டுகின்றன.

திரைப்படங்கள் அதிலும் முக்கியமாக நான் விரும்பிப் பார்த்த சிவாஜி கணேசன் திரைப்படங்கள் வெளியிடப்பட்ட ஒரு சில வாரங்களுக்கு சென்னை திரையரங்குகளில் சுலபமாக டிக்கெட் கிடைக்காது. அடிதடியே நடக்கும். அதற்காக நானும் என் நண்பர்களும் பல்லாவரம் ஜோதி என்று நினைக்கிறேன் அந்தத் திரையரங்கிற்கு போவது உண்டு. அப்போதெல்லாம் பல்லாவரம் சென்னைக்கு வெகு தூரம் தள்ளி வெளியே. பழவந்தாங்கல் அதைவிட குறைவாக வளர்ச்சி அடைந்திருந்த, வளர ஆரம்பித்திருந்த நகர் வெளிப்புறம்.

மிக நேரடியாக விடயங்களைச் சொல்லக்கூடிய ஆரம்பகால எழுத்தாளர் போன்ற நிலையில் பாடல் எழுதி இருக்கிறேன்.

பல்லாவரத்துக்கு பக்கத்தில்
பாதியே வளர்ச்சி அடைந்த பழவந்தாங்களில்
நாட்டார் கடைக்கும் ஜென்ரல் ஸ்டோருக்கும்
நடுவில் ஜமால் முகமது கசாப்புக் கடை

மாதம் சித்திரையாய் இருந்தும்
திங்கள் தெரியாத
மந்தார ஞாயிற்றுக்கிழமை.
வாராந்திர விடுமுறை

அந்தப் புளிய மரத்தின்
கிளைகள் காய்ந்து
அடுப்பில் அமர்ந்து
இலைகள் உதிர்ந்து
எருதிற்கு அசைபோட
ஆசை காட்டி,
எஞ்சியது எருவாகி
மரத்தின் மேல் பகுதி பரணாகி
கீழ்ப்பகுதி பாவம்,
கசாப்புக் கடையில்.

இயேசுவும் எம்ஜிஆரும்
தூக்கி போது சிரித்த சிரிப்பின்றி,
தோல் உரிக்கப்பட்டு
தலையில்லா முண்டமாய்,
கழுத்து கீழாய்த் தொங்கியது ஆடு.

முகமது மும்முரமாய்
அறுத்தார், கிழித்தார், கொத்தினார்.

எனக்குத் தலை என்றது ஒரு குரல்
இதயத்தைக் கேட்டது
அது இல்லாத ஒரு பிராணி
மூளை வேண்டியது ஒரு முட்டாள்
ரத்தம் கேட்டது ஒரு பிசாசு.
வாரி வழங்கினார் வள்ளல்.

கறி வேண்டிய கூட்டம் பெருகவே
முகமதுவின் மூத்த புதல்வன்
உதவிக்கு வந்தான்.
கர்ப்பப் பை நீங்கி
காலம் அதிகமில்லை.
பாவம் பண்ணிப் பழக்கம் இல்லை.
அறுத்துக்கொண்டுவிட்டான்
அவன் விரலை.

மூளை கேட்டவன் இச்சுக் கொட்டினான்.
இதயம் கேட்டவன் இரக்கப் பட்டான்.
இரத்தம் கேட்டவன் கட்டுப் போட்டான்.

இரக்கப்பட்டு இச்சுக் கொட்டி, கட்டுப் போட்டு
அடுத்த வாரமும் தமக்கே வேண்டினர்
இரத்தமும் மூளையும் இதயமும்
வாடிக்கையாளர்.

6

வாப்பா தம்பி மாப்பிள்ளை

(நண்பனுக்குத் திருமண வாழ்த்து)

'வாப்பா தம்பி மாப்பிள்ளை' யாரோ ஒருவருடைய திருமணத்திற்கு எழுதிய பாடல். திருமணத்திற்கு வாழ்த்து தானே எழுத வேண்டும்! அப்பா அம்மா பெயர் எல்லாம் போட வேண்டும். இறைவனை அழைத்து ஆசீர்வதிக்கச் சொல்ல வேண்டும். அப்படிப்பட்ட பல பாடல்களை எழுதியிருக்கிறேன். ஆனால் இப்படியும் சில எழுதியிருக்கிறேன் என்னுடைய குறும்புத்தனம் இதில் வெளிப்படுவதாக நினைக்கிறேன்

ஆறே நாள்தான் அலுவலகம்..
ஏழாம் நாளோ விடுமுறையாம்
புதுசாய் மணமான இணையர்
பொலிவாய் போவார் வெளியேவாம்.

நீயும் தானே மாப்பிள்ளை!.
நிறைவாய் தெரியும் ஆண்பிள்ளை!!

ஞாயிறு வருதே ஞாயிறு என்று
முறையாய் பலதரம் சவரம் செய்து
மாவாய் எதுவோ முகம் தேய்த்து
கலர்கலராய் உடையுடுத்தி,

“வாம்மா போவோம். வெளியே” என
வாகாய் நீ அழைக்க, அவளும்தான்
அள்ளித்தருவாள் சோப்போடு
பட்டுப் புடவை ஒன்றிரண்டு,

வாயில் புடவை நாலைந்து.
உந்தன் துணியும் உடனிருக்கும்.
என்ன! என்று நீ பார்க்க,
துவையும் என்பாள் துணிவோடு.

கனவு கலைந்த வருத்தத்துடன்
பக்கெட் தூக்கி, பயில்வான் நீ
கோபம் காட்டி, துணி துவைக்க,
துணியில் விழுமாம் சில துளைகள்.

என்ன சொல்வாளோ அவளென
என் தம்பி மாப்பிள்ளை நீ
கலங்கும் நாள் தான் வருதே,
சீக்கிரமே-

வேலை முடிந்த களைப்போடு
வீடு திரும்பி உடல் குளித்து
படிப்போம் புத்தகம் ஏதாவது
என எடுப்பாய் பாரதியார்.

“வாங்க இங்கே கொஞ்சம்” என்று
கேட்கும் குரலங்கே.
என்ன அழைப்பு? என்று போய்
உரிப்பாய் வகையாய் வெங்காயம்.

படிப்பாள் புதுமைப் பெண் அங்கு
பாங்காய்த் தலைவன் பாரதியை.
உரிப்பாய் உரிப்பாய் பாவம் நீ.
அதையும் முடித்து வருகையில்

மிளகாய் அரைத்தே வருமாறு
இன்னொரு ஆணை துள்ளி வரும்.
அதையும் முடித்த அசதியில்
அணைப்பாள் ஆதரவாய் நித்திரையாள்.
அங்கே கிடைக்கும் விடுதலையே.

கதவைத் தட்டுவான் பால்காரன்.
கரந்தபால் நுரையோடு.
காதில் வாங்கிய மனையாளும்
மஞ்சம் நீங்க மனமின்றி

மெதுவாய் இடிப்பாள் உன் தோளை.
ஆகா, எதற்கோ மனம் மயங்கி,
விழிக்கும் நீயும் பெரும்பாலும்
செய்வாய் பல வீட்டு வேலை

பாவம் தம்பி மாப்பிள்ளை.
வருதே நாள்தான் சீக்கிரமே.

வேலை முடித்து வீடு திரும்பி
வெளியே போக பூவோடு
சோப்பும் போட்டு முகங்கழுவி,
ஆசையாத் திரும்பும் உன் முன்னே
மஞ்சள் பையும் ஒரு லிஸ்டும்
மனையாள் கொண்டு தருவாளே!

அசடு வழிந்தே அவள் அருமை அத்தான்
நீயும் வாங்கி உடைமாற்றி.
தூக்கிக் கட்டிய வேட்டியுடன்
தொங்கும் மஞ்சள் பை கொண்டு

குண்டு மிளகாய் அரை வீசை, ஓட்டைத் தக்காளி
ஒரு கூறு. கால் கிலோ கருவாடு. இன்னும்
கலர் கலராய் வளையல்கள். மனையாள் சொல்லிய
பொருள் அனைத்தும் மனப்பாடம் செய்து
கருத்தோடு

வாப்பா தம்பி மாப்பிள்ளை,
வருதே நாள்தான் சீக்கிரமே.

எல்லாம் பார்த்துக் கலங்காதே
எல்லோர் கதையும் இதுவேதான்
எல்லாம் கொஞ்ச நாளேதான்
பின் மெல்லப் பழகிடுமே.

இல்லறம் என்பது இதுவேதான்.
பின் எதுதான் இங்கு நல்லறமாம்!
இதுதான் வாழ்க்கை, இதுவே வாழ்க்கை
பழகிப்போய்விடும் பயப்படாதே!

7

குழந்தை

'**குழந்தை**' என்ற இந்தப் பாடல் என்னுடைய சின்ன அண்ணன் அல்லது அக்காளுடைய மகளுக்கு எழுதியதாக இருக்க வேண்டும் என்று நினைக்கிறேன்.

எப்போதுமே குழந்தைகளைக் கொஞ்சுவதில் எனக்கு பிரியம் அதிகம். அக்கம் பக்கத்தினர் குழந்தைகளைக் கூட நான் பணிப்படைப்பு படித்த போதே கூட எங்கள் வீட்டிற்கு தூக்கி வந்து விளையாண்டு இருக்கிறேன். அப்படி ஒரு ரசிகனாக எழுதியது.

குச்சுக் கால் மடக்கி,
குவளைக்கை மடித்து,
சிவந்த வாய், பொக்கையாய்,
சிறு முடிகள் தலைமீது,
வண்டுக்கண் சுழல வந்த மலர், உனை.

தொட்டுத்தான், பார்க்கத்தான்
துடிக்குது என் மனமெல்லாம்.
எட்டித்தான் இருக்கின்றேன்
என் செய்வேன்! என் மலரே?
வருந்தாதே. வருகின்றேன்
வரும் வாரம். சின்னவளே!

பாய் போட்டு, பாய் மேலே நீ நனைக்கத்
துணி விரித்து, படுத்துத்தான் இருக்கையிலே நீ,
'சும்மா திரும்பித்தான் பார்ப்போம்; என நினைத்து
திரும்புகையில், "என்னைத்தான், என்னைத்தான்"
என எட்டுப் பேர் மகிழ்ந்திடுவோம்

அமுதருந்தி, அழகி நீ,
நாள் செல்லப் பின்
எப்படித்தான் நினைப்பாயோ குப்புறப் படுக்க,
கூடிடுவோம் நாங்கள் எல்லாம்
குதித்திடுவோம். குழவி நீ விழித்திடுவாய்.

குப்புறதலும் பின் சில நாள்
நீ தப்பின்றிச் செய்யத்தான்,
தூக்கி உனை நிறுத்திடுவோம் மூலையிலே
அப்படித்தான் நீ, காலூன்று நிற்கத்தான்
நினைக்கையிலே
எப்படித்தான் அடங்காத ஆவலும் வருமோ
எங்களுக்கு
நடக்கத்தான் பழக்கிடுவோம் குட்டி உனை.

ஆசை காட்டி அழைத்திடுவோம்.
உன்னைத்தான். தவழத்தான்.
தயங்கியே நீ தான் துவங்குகையில்
கூட்டம் கூடி, மகிழ்ந்திடுவோம். பின் நாமேதான்
நீ தவழ்கையில் அதையேதான்
உருட்டிக் குடிப்பதாய் கூச்சலிட்டு,
குழவியுனை கட்டித்தான் போட்டிடுவோம்
கண்மணியே.

பின் நீயேதான் தடுமாறி நின்றிடுவாய் தெரியாமல்.
பின் இருக்கின்றோமே நாங்கள்தான். நிறுத்திடுவோம்
உனைத் தூக்கி மூலையிலே சுவற்றோரம்.
கொடுத்திடுவோம், அணைவாய்தான் தலையணைகள்.

மணி வயிறு வாய் வைத்து.
விசித்திரமாய் காற்றூதி,
நீ சிரிக்க மகிழ்ந்திடுவோம்.
தலை மேல் உனைத் தூக்கி,
பிஞ்சுக் கால் உதைபடுவோம்.

சிறு விரல்கள் நகம் வெட்ட
சிந்தனையாய் செயல்படுவோம்.
சிறு வார்த்தைகள் நீதான் முயற்சிக்க
வியந்தே தான் ஊரெல்லாம் சொல்லிடுவோம்.

8

விடியும் போது

'விடியும் போது' என்பதும் ஒரு காட்சிப்படுத்தும் பாடல் போலவே தெரிகிறது.

வெகுஜன இதழ்கள் நடத்திய எந்தப் போட்டியிலும் பரிசு வாங்கியதில்லை. ஆனால் தொடர்ந்து எழுதிக்கொண்டே இருந்திருக்கிறேன் என்பது தெரிகிறது. நல்ல வேளையாக அந்தத் தாள்களை வைத்து வைத்திருக்கிறேன். அனேகமாக சாவி அவர்கள் குங்குமம் வார இதழ் ஆசிரியராக இருந்த நேரமாக இருக்குமோ!

பகலவன் பதவிக்காலம் முடிந்து,
இரவு தேவதை அரியணை எறினாள்.
உலகம் இனி நமதென்று
இறுமாந்தாள்.

இதுவல்ல தத்துவம்.
ஈறு ஐந்து மணிக்குப் பிறகு

நடக்கப் போவதை முன் சொல்லும்
ஆருடம் போல முந்திக் கூவியது கோழி.
இது என்ன கொடுமை!
நம் ஆட்சியில் பத்திரிகைத் தணிக்கை.
பறவையின வாய்ப் பூட்டு.

நாம் போட்ட சட்டத்தைத் தகர்த்தெறிய
தரணியில் யாருக்கு தைரியம்?
என இருமாந்த இரவு தேவதை எட்டிப் பார்க்கையிலே.

அடுத்த சில நாழிகையில்
அவனியிலே ஒளிபரப்ப
களிறு பின் வர மணியோசை முன் வரும் போல
கதிரொளி அனுப்பி, கதிரவன்படை களம் புகவிருப்பதை
முரசடித்து அறிவித்தது.

இருண்ட கால ஆட்சியிலே
சிறைப்பட்ட பறவை எல்லாம்
சிறகடித்துப் புரட்சிக் கூட்ட கிளர்ச்சி செய்து,
இரவின் மாயையிலிருந்து வெளிப்பட்டது.

சிவப்பு விளக்கு மாதர்கள்
வான் விளக்கு வந்தது கண்டு
வயிற்றெரிச்சல் கொண்டனர்

சோம்பு மனித இனம்
நித்திரை சுகம் நீக்க மனம் இன்றி
சன்னலை மூடி
சூரியனை மறைக்க முனைந்தது

முப்பது பைசாவுக்கு 300 புரளிகள்
பரபரப்பான செய்திகளாக
பல்லாயிரம் பிரதிகள்
ஜீரணிக்கப்பட்டன

என்று முடியும் வாழ்வு என்பவருக்கு
ஏன் முடிந்தது இந்நாள்?
இருட்டே இருந்தால்.
ஒருநாள் செலவு மிச்சமான உச்சிக் கொட்டினர்.

சிறையில் இருக்கும் சிறியவருக்கு
சிறிது இன்பம் ஒருநாள் முடிவில்.

மையிருட்டில் மறைந்து போன
கருத்த காகங்கள்
கா கா எனக் கரைந்து தம் ஆதரவை
கதிரவனுக்குத் தெரிவித்தன.

யாரும் அறியா வண்ணம்
இருட்டு சேமித்த லஞ்ச லாவண்ய முத்துகள்
அடுத்தவன் ஆட்சியாம் கதிரொளி விசாரணை
கமிஷனிலே
திடுக்கிடும் ஊழல்களாய்ப் பள பளத்தன.

வெளியூர் சென்று வீடு திரும்பும்
கணவன் முகம் காண காத்திருந்த
சூரியகாந்தி, அவன் வரும் திசை
நோக்கித் திரும்பியது

பெண்ணெடுத்த வீட்டிலிருந்து
சீதனமாய் சிறிது நீரை உறிஞ்சினான்
பகலவன் மாப்பிள்ளை

9
பரிவு

'பரிவு' என்ற இந்தப் பாடல் அனேகமாக உள்ளது ரயிலில் போய் வந்த பிறகு எழுதியதாக இருக்கவேண்டும். எனக்கு ரயில் பயணங்கள் பிடிக்கும். என்னுடைய சில கதைகள் ரயில் பயணங்களில் நடந்தது போல எழுதப்பட்டிருக்கும்.

"கொஞ்சம் நகர்ந்துக்குங்க பெரியவரே.
கைக்குழந்தை வைச்சிருக்குது.
அந்த அம்மா உட்காரட்டும்"

அவசரமாய் ஏறிய அழுக்குத் துணிக்காரன்
பெண்டாட்டி என்று சொல்லாமல் இடம் கேட்டான்

மதுரை வரை போகும் பகல் நேரப் புகைவண்டி
கல்யாண சீசன் வஞ்சகம் இன்றி
ஏற்றிக்கொண்டது வண்டி

முப்பது வயது மீசை முறைத்தது
வெற்றிலைச் செல்லம் குதப்பிய
நாற்பத்தைந்து அழுத்தமாய் பார்த்தது

"கீழே உட்காரச் சொல்லுயா"
பட்டணத்து நடுத்தர வருமானம் அதட்டியது.
"வெயில்ல வேகறோம் இதுல வேற
நசுக்கிக்கிட்டு"

அமர்ந்தாள் அஞ்சலை
அருகில் நின்று கொண்டான் கொண்டவன்
கழிவறை சென்றிருந்த கிருதா
புகையூதிய வண்ணம்
கழுத்துக்கு கீழ் உள்ள
பிரம்மனின் பெண்பால் மனிதப் படைப்புகளை
எடைபோட்டுக் கொண்டு வந்தது.

பசியில் அழுதது குழந்தை.
மாராப்பை விலக்கி
மாரை தந்தாள் அஞ்சலை
அடங்கியது அழுகை

வழியடைத்து அமர்ந்திருந்த
புதித கும்பல் கண்டு பொருமிய கிருதா
அழுத குழந்தைக்கு நன்றி சொல்லி,
பிரம்மனை வியந்தது.

10

பேருந்துப் பயணம்

கடலூர் நான் பிறந்த ஊர். கடலூர் ஓல்டு டவுன் என்பது திருப்பாப்புலியூர். அங்கே, தேரடி தெருவில் அப்பாவுடைய பெரிய வீடு இருந்தது. என்னுடைய நான்காம் வகுப்பு வரை நான் அந்த ஊர் செயின்ட் மேரிஸ் கான்வென்டில் படித்தேன். பிறகு தொடர்பில்லை. பல ஆண்டுகளுக்குப் பிறகு கடலூருக்குப் போனபோது, 'நம்ம ஊர் இப்படி இருக்கிறதே!' என்ற வருத்தத்தில் எழுதியதாக இருக்க வேண்டும்.

பல்லவர் பரம்பரையர் பாவம்
கல்வெட்டுப் பழக்கம் கழிவறை
சுவரெல்லாம்.

எத்தனையோ விளைவித்தும் பாவம்
உனக்கு மட்டும் கனி என்றால்
ஊதா திராட்சையும், கனிந்த பூவன்
வாழ மட்டுமே!

ஏழாவது வயதிலேயே
எத்தனை சாதுரியம்!
தவற விட்டு விட்டே
ஏகத்துக்கும் விற்பனை
கோடிகள் ரூ பரிசு லாட்டரி

ஆறாவது வயதிலேயே
உனக்குக் கைக்குழந்தையா?
பாவம் அதுவும் உன்னோடு
கையேந்துது.

படிப்படியாய் ஏறி
வலது புறம் சரியாத் திரும்பி
கோடி வரை இடிக்காமல் போய்
எப்படித்தான் நீ...

"ஐயா ரெண்டு கண்ணும் தெரியல சாமி"
இரண்டு ஐந்து காசு
முருகர் பாட்டுக்கும்
கண்ணில்லாதவனுக்கும்
மூணாவதாக நீ.

11

காதல் பாட்டும் எழுதியிருக்கிறேன்.

மீண்டும் தொடரும் முன்னிரவு

பூவினம் வந்து மண்டியிடும். அந்தப்
பூவையிடம் மையல் கொண்டுவிடும்.
கானகமும் முகம் சுண்டிவிடும். கவிதை
அவள் கருங் கூந்தல் கண்டுவிட.

வண்டினமும் மனம் சோர்ந்துவிடும்
வனிதை விழி நோட்டமிட
மின்னலும் ஒரு கணம் திகைத்துவிடும்
மின்னி இவள் பல்சிரிக்க

பின்னலும் பின்னி அவள் நடை போட்டால்
அன்னமும் அன்றே அமர்ந்துவிடும்.
கன்னம் குழி விழ, அவள் புன்னகைக்க
அண்ணவன் அதன்பின் என் செய்ய?

மன்னவன் கைதனை தொடுகையிலே
மலர்கொடி கம்புதனை பற்றுதல் போல்.
பின்னிப்பிணைந்து இருக்கையிலே,
புகையாய் பனியும் கசியுமங்கே

விடியுங்காலை கதிர் வரவே
காளை மகன் கண்ணயர, கோதை
வாசல் கோலமிட்டு, கொழு மஞ்சள்
வாளை முகம் பூசி, நீர் நனைத்து
சில்லென பாதம் தொட்டெழுப்ப,
மீண்டும் தொடரும் முன்னிரவு.

3.பொங்கல் வாழ்த்துகள்

பொங்கல் கவிதைகள்

அடிக்கடி கவிதை எழுதுகிற வாய்ப்பைக் கொடுப்பது பொங்கல் பண்டிகை தான். அப்போதெல்லாம் பொங்கல் வாழ்த்து அட்டைகள் உறவுகளுக்குள் நண்பர்களுக்குள் அனுப்பிக்கொள்வோம். அதில் அழகான கவிதைகள், படங்கள் இருக்கும்.

ஒவ்வொரு ஆண்டும் நான் எழுதி அதை இன்லேண்ட் கடிதம் மூலம் பெற்றோருக்கும் சகோதர சகோதரிகளுக்கும் அனுப்பிக்கொண்டே இருந்திருக்கிறேன். யாரும் கவிதை எழுதச் சொல்லிக் கேட்பதில்லை. ஆனால், நாமாக எழுதுவது. அதற்கு பொங்கல் பண்டிகைகள், வாய்ப்பு.

பல ஆண்டுகளுக்கு பொங்கல் கவிதைகள் எழுதியிருப்பேன் போல.

12

கதிரவனே! கதிரவனே!!

கரையெல்லாம் பனிப் பூக்கள்
வரப்பெல்லாம் பொன்மணிகள்
வயல் எல்லாம் வளம் கொழிக்க
கரும்புக்காடு கண்சிமிட்டும்

வண்டின ரீங்காரம், சிறகின படபடப்பு.
பூவெல்லாம் புதுப்புதுவாய்
வாசல் வெளிக் கோலமிட்டு
சுவரெல்லாம் செம்மண் பூச்சு.

இனியதாய் தை பிறப்பு
உழவர் எல்லாம் உவகை வெள்ளம்.
வீரரெல்லாம் காளை பின்னே
மாதர் விழி, வீரர் பின்னே.

மனிதரெல்லாம் மண் நம்பி
மண் என்றும் உனை நோக்கி.
கதிரவனே கதிரவனே
கரம் கூப்பி வணங்குகிறோம்

மேலே கொடுக்கப்பட்டிருக்கும் இந்தக் கவிதை அனேகமாக திருச்சியில் பணியாற்றிய போது எழுதியதாக இருக்கவேண்டும். எழுதி அனுப்புவது தவிர ஒரு முன்னேற்றமாக, அச்சகத்திற்குச் சென்று கார்டு வடிவில் இந்தக் கவிதையை அச்சடித்து, நண்பர்களுக்கும் உறவினர்களுக்கும் அனுப்பி இருக்கிறேன்.

13
தையே பிற

இல்லாத தை விரட்டிட
பொல்லாத தைத் திருத்திட
வெல்லாததை வென்றிட
புரியாததை அறிந்திட
புரிந்ததைச் செய்திட
வறியதை வளமாக்க
பற்றதை விட்டொழிக்க
கற்றதை நடத்திப் பார்க்க
உற்ற தையே பிற.

முதல் பணி உழுவதுவே
பிறவெல்லாம் பிற்பாடே
நிலமகள், பகலவன்
நீதி தேவன் நல் உழவன்
ஒத்துழைக்க, ஓங்கிடுமே
செழுமை.
ஓடிடுமே
கொடுமை வறுமை. பின்
வளர்ந்திடுமே பெரும் கலைகள்.

இல்லாமை இல்லாதொழிய
இனியதை நாடு பார்க்க
இனிய தையே பிற
உற்ற தையே பிற

பொங்குக பொங்குக

பொங்குக பொங்குக
மகிழ்வு பொங்குக
வெல்லுக வெல்லுக
வாய்மை வெல்லுக
செல்லுக செல்லுக
தீயவை செல்லுக
பல்குக பல்குக
ஒற்றுமை பல்குக
தங்குக தங்குக
அமைதி தங்குக
பொங்குக பொங்குக
பொங்கல் பொங்குக

ஐயா எங்கள் தைநாளாம்.

மின்னும் பொண்ணாய் நெல்மணிகள். வரப்பின் மீது கதிர் சாய்ந்து, நெய்யாப் பட்டு கம்பளமாய் பனித்துளி பலவாய் கண்சிமிட்டும், காடாய் நிமிர்ந்த செங்கரும்பு கடுமை உழைப்பின் சான்றாகும்.

மாடாய் உழைக்கும் மனிதர் எல்லாம்- நாளாய் காத்த வயல்வெளிகள். காசாய் பணமாய் கொட்டுதினம்.
முடியா பலவும் முடியும் எனப் பெரியவர் பலவாய் சொல்லு தினம், ஐயா எங்கள் தைநாளாம்.

14
ஈழப் பொங்கல்

பொங்கலுக்கு வாழ்த்து சொல்லும்போது, நிலம், பயிர்கள், நீர், உழவு போன்றவை குறித்து எழுதுவது தவிர, அவ்வப்போது மனதில் மேலோங்கி இருக்கிற எண்ணங்கள் வரும் போல. அநேகமாக அப்போது ஈழத் தமிழர் பிரச்சினை நடந்துகொண்டிருக்க வேண்டும்.

நாடாண்ட தமிழர்கள் காடாளும் புலிகளாய்
இடையில் ஊடுருவிய சிங்களவர் சிம்மாசனத்தில் அமர்ந்து,
எள்ளி நகையாடல் கண்டு கொதிக்கும் தமிழன் மனம்
என பொங்கட்டும் பொங்கலே

சாய்ந்த கதிர் முத்தரசி, கரந்தபால் நுரையோடு
பச்சரிசி கோலமிட்ட மண்பானை,
கொழுமஞ்சள் தாலி கட்டி,
விரைடு பேரில் வெந்து பின் வெண்ணிறப் புண்பட்ட
தமிழன் மனம் போல பொங்கட்டும் பொங்கல்

பொங்கல் ஆண்டுக்கு ஒரு முறைதான் வரும். ஆனால், நாம் கவிதை எழுதுகிறோம் என்று தெரிந்தால், நமக்குத் தெரிந்தவர்கள் அவர்களுடைய அல்லது அவர்களுக்கு தெரிந்தவர்களுடைய திருமணங்களுக்கு நம்மை எழுதித் தரச் சொல்வார்கள்.

அதற்காக யோசிக்கிறபோது, பாடலில் வாழ்க்கைக்குத் தேவையான கருத்துகள் சொல்லவேண்டும். அப்படியும் செய்திருக்கிறேன். அதில் ஒன்றுதான் இது.

திருமண வாழ்த்து(?)

வரவிருக்கும் மனைவி/மணமகள் குறித்து நண்பனுக்கு எழுதியது-

துலங்கும் நாளே இவள் முகம் விழிக்க
துவளும் வாளே இவள் கண்ணசைக்க
எண்ணும் எழுத்தும் நிரலில் நிற்கும்
பண்பும் அன்பும் அலையாய் கொழிக்கும்

கண்ணும் கருத்தும் கதை பல சொல்லும்
மனதும் நாவும் ஒருங்கே செல்லும்
மடப்பள்ளி ஞானம், நாணம் போக்கும்
இவள் கேள்விச் செல்வம் அறிவே திகைக்கும்

கற்றவர் பலர் கரம் கூப்பியதுண்டு
கண்டவர் விண்டவர் கைதட்டியதுண்டு
உண்டவர், உடையவர் நன்றியோடு நோக்க
பெற்றவர் இருவர் மனம் நிறைவர் இங்கு.

4.போட்டிகளுக்கு எழுதியவை

15

இப்போதுதான் இவ்வளவு தொலைக்காட்சி நிகழ்ச்சிகள், யூடியூப், முகநூல், இணையம், ரீல்ஸ், வாட்ஸாப் (அரட்டையும்) போன்றவை. அப்போதெல்லாம் எல்லார் வீடுகளிலும் தொலைக்காட்சிப் பெட்டிகள் இருக்காது. இருந்தாலும் அவற்றில் அதிகமான நேரத்திற்கு நிகழ்ச்சிகள் இருக்காது.

அதனால் பெரும்பாலானவர்களுக்கு படிக்க ஆர்வம் இருக்கும். நூலகங்களில் சென்று படிப்பார்கள். வீட்டில் வரும் செய்தித்தாள்களைப் படிப்பார்கள். வார மாத இதழ்களைப் படிப்பார்கள். தவிர படித்ததைப் பகிர்ந்து கொள்வார்கள். அரசு நூலகங்கள் தவிர லெண்டிங் லைப்ரரிகள் இருக்கும். ஆனந்த விகடன், குமுதம், கல்கி, அமுதசுரபி. கலைமகள், சாவி, குங்குமம், தமிழரசி, இதயம் பேசுகிறது, பாக்யா, தாய் ஆகிய இதழ்களைப் போல சுவையான பல இதழ்கள் வெளிவரும்.

அந்த இதழ்களுக்குள் போட்டி இருக்கும். அதன் காரணமாக அவர்கள் வாசகர்களை ஈடுபட வைக்க, ஈர்க்க அவர்களும் போட்டிகள் வைப்பார்கள். பல போட்டிகளில் கலந்து கொண்டிருப்பேன் போல. சிலவற்றின் வரைவு தாள்கள்

தான் என்னிடம் இருக்கின்றன. அப்போதெல்லாம் தட்டச்சு செய்வதோ ஒளிநகல் (போட்டோ காப்பி) எடுப்பதோ சுலபமல்ல. அல்லது இல்லவே இல்லை.

முதலில் கொடுக்கப்பட்டிருப்பது ஒரு வித்தியாசமான ஆனந்த விகடன் போட்டி. அநேகமாக கவிஞர் வைரமுத்து என்று நினைக்கிறேன். அவர்கள் எழுதிக்கொடுத்த இரண்டு வரிகள்- அதற்குக் கீழே வரக்கூடிய வெவ்வேறு இரண்டு வரிகளை எழுத வேண்டும். நான் அவர்கள் கொடுத்த ஒவ்வொரு ஈரடிக்கும் இரண்டு இரண்டு ஈரடிகள் எழுதி அனுப்பியிருக்கிறேன். பரிசு கிடைக்கவில்லை.

ஆனந்த விகடன் போட்டிக்கு.

(அவர்கள் கொடுத்த இரு வரிகளுக்கு (போல்ட்) ஏற்ற அடுத்த இரு வரிகளை நாம் எழுதவேண்டும்)

தந்தை மட்டும் பகையாய்த் தெரிவார்.
தபால்காரர்களே தெய்வமாய் தெரிவார்.

மனம் விட்டு பேச ஆயிரம் இருக்கும்.
கண்டதும் பேச்சை உதடுகள் மறக்கும்

பேசும் வார்த்தைகளுக்கு அர்த்தம் இராது.
பேசா வார்த்தைகளே பெரிதும் வதைக்கும்

கடிதம் எழுத மனது வதைக்கும்
எழுத அமர்ந்தால் குப்பைக்கூடை நிறையும்.

கண்கள் என்னும் இரண்டு ஜன்னல்
திறந்து வைத்தும் மூடிக் கொள்ளும்.

மூடிக்கொண்ட கண்களுக்குள்ளும்
முழுதாய் வந்து அவள் உருவமே நிற்கும்.

பெண்ணாய் பார்க்கும் ஆசைப் பார்வையில்
சாதி மதங்கள் மறைந்து போகும்.

எத்தனை பெண்கள் எதிர் வந்தாலும்
என்னவளோடு ஒப்பிடத் தோன்றும்.

இகழ்வாய் அவளை எவர் சொன்னாலும்
எதிரியாய் எண்ணி மனது வெறுக்கும்.

எவரிடமும் இல்லாத ஒன்று
என்னவளிடம் இருப்பது புரியும்.

16

வாழும் தரம், உழைக்கும் முறை உயர்த்திக்கொள்வோம்.

நான் பணியாற்றிய திருச்சி பாரத மிகுமின் தொழிலகம், மிகப் பெரிய நிறுவனம். தொழிலகமும் ஊரகமும் சேர்ந்து மொத்தப் பரப்பளவு 2400 ஏக்கர். மொத்த ஊழியர் எண்ணிக்கை 14,000.

தொழிற்சாலை கட்டுவதற்கு முன்பாகவே மனிதவள மேம்பாட்டு மையம் ஹெச் ஆர் டி சி சென்டர் கட்டிய மாபெரும் நிறுவனம் அது. அங்கே இயங்கிய மேனேஜ்மென்ட் சர்வீஸ் துறையும், பாதுகாப்புத் துறையும் ஊழியர்கள் இடையே விழிப்புணர்வை அதிகப்படுத்த, பல்வேறு போட்டிகளை நடத்துவார்கள். அவற்றில் எந்தப் போட்டியில் வேண்டுமானாலும் கலந்துகொள்ளலாம்.

மேனேஜ்மென்ட் சர்விசஸ் நடத்திய ஆங்கிலம் மற்றும் தமிழ்ப் பேச்சு, கட்டுரைப் போட்டிகளில் நான் தவறாமல் கலந்துகொண்டிருக்கிறேன். கணிசமான எண்ணிக்கையில் பரிசுகளும் வாங்கியிருக்கிறேன். ஆனால் கவிதைப் போட்டிகளில் பரிசு கிடைக்கவில்லை.

(பெல் நிறுவனத்தில் மேனேஜ்மென்ட் சர்விசஸ் துறை நடத்திய ஆலோசனை வாரம் போட்டி ஒன்றுக்கு எழுதியது)

சின்ன மனிதன் பெரிய மனிதன் உருவம் மட்டிலே.
இல்லை அந்த வேறுபாடு மூளைத் திறனிலே.
செய்யும் வேலை செய்யும் மனிதன் சிறக்க எண்ணினால்
முடியும் வேலை கிடைக்கும் தீர்வு. ஏது தடை அங்கு?

கிடைத்ததுண்டு, கொடுத்தது செய்து,
வாழ்தல் எந்திரம், எடுத்தது என்ன?
ஏன் இப்படி? வினவு ஒரு தரம்.
நம்மால் முடியும் மாற்றி அமைப்போம். எதுவும் சாத்தியம்.

சின்ன உத்தி, பெரிய யுத்தி எதுவும் அவசியம்.
முடிவாய் முடிந்தது ஏதுமில்லை. மாற்றுவோம் பல தரம்.
செய்யும் முறை, போடு பொருள் எதுவும் மாற்றலாம்.
முடிவு சிறக்கின், செலவு குறையின் என்ன தடையிங்கு?

நாம் யார்? நமக்கெதற்கு? என்ன நினைப்பு அது!
புதிய பார்வை, திருத்தும் மனது கொண்டு வாழுவோம்.
மதியைக் கசக்கி, மனதைச் செலுத்தி, வழியைக் காணுவோம்.
வாரம் ஒரு ஆலோசனை என வழக்கப்படுத்துவோம்.

வாழும் தரம், உழைக்கும் முறை உயர்த்திக் கொள்ளுவோம்.

17

தெரிஞ்சா போதுமா? செய்யோணுமே!

(பாதுகாப்புத் துறை போட்டியாக இருக்க வேண்டும்)

சோறு மட்டும் போதாதுன்னு ஐயா நாங்க
தொழிற்சாலை வந்தோமுங்க
வேகமா செய்ய எந்திரங்கள் கண்டோமுங்க.
காசு பணம் கண்டாச்சி. ஆலைத் தொழில்
வளர்த்தாச்சு.
ஆனாலும் பாருங்க அதுல ஒரு நினைப்புங்க.
வேலை பார்க்கும் எல்லோரும் கை காலோட
வாழணும்.
கண் மூக்கு போகாம, கண்ட வியாதி வராம, விபத்து
பாக்காம
கடைசி வரை வாழோணும்.
பாதுகாப்பு, ஆரோக்கியம், சுற்றுப்புறத் தூய்மை
உதவுமே ஐயா! தெரியாத ஆளு உண்டா?
தெரியுதாங்க. ஆனா, தெரிஞ்சா மட்டும் போதுமா?
செய்யோணும், எல்லோரும். கவனமாக, கண்டிப்பா.
வாரேணுங்க. வணக்கம் பல கோடி

18

எழுதுவோம் இனி இனிய தமிழில்

இராணிப்பேட்டை பெல் நிறுவனத்தின் முத்தமிழ் மன்றத்தில், 6.6.1989 அன்று கவிஞர் இளந்தேவன் தலைமையில் நடந்த கவிதைப் போட்டியில் வாசித்த கவிதை.

ஆம். அங்கே மனமகிழ் மன்றத்தில் நடந்த கவிதைப் போட்டி மேடையில் நடுவர் அமர்ந்திருப்பார். பெயர் கொடுத்திருந்தவர்கள் ஒவ்வொருவராக அழைக்கப்படும் நேரம் மேடை ஏறி ஒலிவாங்கியில் கவிதையைப் பார்வையாளர்கள் முன்பு வாசிக்க வேண்டும். செய்தேன்.

உண்டு களித்து,
ஓர் இடத்துக் கூடி,
தாய்மொழி தமிழ் பாடி...,
ஆகா ஆகாகா!
இவ்வாய்ப்புத் தந்தோரே
தமிழ்த்தொண்டு செய்வோரே!!
நீவீர் வாழி வாழி.

உன்னை எனக்கு அறிமுகம் செய்தது
தொலைக்காட்சிப் பெட்டியே

உன் மாண்புகளை நான் அதிகம் பார்த்தது,
கவியரங்கங்களிலேயே
நின் நடுவர் திறன் நான் வியந்தது.
உடனுக்குடன், உடனுக்குடன்
கவி பின்னி. சாதுர்யமாய் பதில்.
ஏங்கியது உண்டு உன்னைப் போலாக.
உன் தமிழ் அறிவுக்கு என் வணக்கம்.

எழுதியவை எத்தனையோ இருக்க,
வேண்டாம். அவை எனப்
புதிதாக இதற்காக
எழுதியவையே இவை.

பதிப்பகங்களும் பத்திரிகைகளும்
பாரா முகமாய் இருக்கலாம்.
என்ன குற்றம்?
எழுதப்படுவது அத்தனையும் பதிப்பித்தல் சாத்தியமா?
நாம் நமக்காக எழுதுவோம்.
நாம் எழுதியவை, மற்றவருக்கு பயன்படுமானால்
அதன் மகிழ்ச்சி பன்மடங்கு.
இல்லாவிடிலும் இழப்பேதும் இல்லை.
கவி முயற்சியைக் கைவிடலாகாது.

அலுமினியத்துக்கும் தங்கத்துக்கும் என்ன வேறுபாடு?
அதிகம் கிடைப்பதும், கிடைக்காததுமே.
சுருங்கச் சொல்லி விளங்க வைத்தலே கவிதை.
தங்கத்தில் பதித்த வைரமே கவிதை.
வரியின் முத்தாய்ப்பு.

★

எதுகையும் மோனையும்
இலக்கண வரம்புகளும்
ஆபரணங்கள். அழகைக் கூட செய்யும்.
அதற்காய் அது அல்லாதார் அழகற்றவரா?

நகை பூண்ட காலம் போய்
நாகரிகம் அலங்காரத்தில்.
எளிமை எதிலும் வேண்டுமென்ற
காலத்தின் கட்டாயத்தில் இன்று கவியும் கலந்ததுவே

கவிதைக்கும் எளிமைக்கும்
மறுமணம் நடந்தது இங்கே நம் காலத்து மாந்தர்களே!.
நடந்ததுவால், நடந்ததை சமுதாயம் நயந்ததால்
நாமெல்லாம் பாடுகிறோம். புதுக்கவிதை.

உரைநடையே உடைத்துடைத்து
கீழெழுத பிறப்பதல்ல புதுக்கவிதை.
இலக்கணத் தடைகள் உடைத்து
சிதற்றுவதும் நோக்கம் அல்ல.

உண்டு இங்கே ஆதரவு எக்கவிதைக்கும்
என்றொரு மறுமலர்ச்சி, விழிப்பு
வந்ததுவெ நன்மைக்கு.
நாமெல்லாம் பாடுகிறோம்

கை வந்தது எதுவும் எளிமை.
புரியாதது எதுவும் பெரியது.
ஒப்பும் இத் தத்துவம் கவிதைக்கும்.
எளிமைத் தோற்றம், புதிரின்மை,

பளிச்செனத் தெரிவதெல்லாம் குற்றமா?
கவிதையல்லாமல், உதிர்த்த உரைநடையா?

ஒப்பிட்டு, மிகைப்படுத்தி, புதுமை
உதாரணங்கள் காட்டுதல் மட்டுமே கவி குணமா?
கவிதைக்காகவே கவிதையா?
எழுதுதல் ஒரு கட்டாயமா?
தாளை நிரப்ப வார்த்தைகள் தேடித் தேடி,
ஒட்டி வெட்டி, ஒரு வழியாய் எதுகை மோனையாக்கி,
அதற்காய் ஒரு கரு செய்து,
அதை இதனுள் பொருத்தி!
சமைப்பதா கவிதை?

அது, பிறக்க வேண்டும்.
மொட்டு மலர் தாமரையாய்,
கசக்கிப் பிழிந்த உழைப்பின் விளைவாய்
இருத்தல் கவிதையாகுமா?

பேசுவது போக, மனிதன்
கவி பாட நினைப்பது ஏன்?
அதீத கோபமும், மிகை மகிழ்ச்சியும்
பாடத் தூண்டுவது.
பாதித்தது எதுவும்
கவிதையை வடிகால் ஆக்கிக்கொள்வதுண்டு

உணர்ச்சியை புகைப்படம் எடுக்க முடியாது.
எண்ணங்கள் உணர்ச்சியில் குளித்து வரும் நிலையை
தூரிகை கொண்டு வரைய முடியுமா?

வார்த்தைகளாய் வார்த்தெடுக்கும்
பிரவாகமே கவிதை.

ஆண்டுபல கழிந்தாலும்
அது சொல்லும்
அன்றைய நிலையை.

நடிப்பு இயற்கையாகுமா?
சந்தர்ப்பம் சூழ்நிலை தன்னிலை உணர்ந்து,
மனதாழத்திலிருந்து வரும் வார்த்தைகளின்
திண்மையை உண்டாக்கிப்? பேச இயலுமா

நாட்குறிப்பு எழுதுவோரே குறித்துக்கொள்ளும்.
ஆறாம் தேதி, 6 மணிக்கு மாம்பலம் போனது
அன்றைக்கோ அடுத்த வாரத்துக்கோ மட்டுமே
முக்கிய செய்தி. வேறென்ன?

சித்தப்பா வந்திருந்தார்.
சீனி மிட்டாய் அரை கிலோ.
வண்டிக்கு பஞ்சரொட்டிய விவரமெல்லாம்
ஆண்டு ஒன்று இரண்டுக்குப் பின்
அதை வாங்கி பழைய பேப்பர்க்காரன் கூட
படிக்க மாட்டான்

நேரமும், மையும், தாளும் விரையம் தவிர
கண்ட பயன் வேறென்ன?
நாட்குறிப்பு செயற்குறிப்பாய்
போன கதை, சோக கதை.

இன்றைக்கு நம் ஒவ்வொருவர் நிலையும் வேறு
இதற்கு மூன்றாண்டுக்கு முன் ஈழம் குறித்து,
இந்திய நிலை பற்றி, அன்றைய வறட்சி பற்றி
புதிதாய் வந்த கவி பற்றி பிற எத்தனையோ
நிகழ்ச்சி பற்றி
நினைத்தது என்ன? அதற்கும் ஐந்தாண்டுகளுக்கு முன்
உம் கவனம் எதன் மீது? ஞாபகம் உண்டா
நண்பர்களே

உடலால் மட்டுமில்லை. உள்ளத்தாலும்
எண்ணத்தாலும் நாம் வளர்கிறோம்.
கண்ணிலே படுவதெல்லாம்
நாம் பார்ப்பதாய் நினைத்தால், அது பொய்.
நாம் பலதை எண்ணத்தாலேயே பார்க்கிறோம்.
பார்வை என்பது ஒரு வெளியிருப்பு வேலை அல்ல.★
கண்ணோட்டம் பற்றி நாம் அறிவோம்.

உள்ள வளர்ச்சி. எண்ண வளர்ச்சியின்
எடைக்கல்லே கண்ணோட்டம்.
எண்ணங்களை எழுதி வையுங்கள்.
வளர்ச்சி தெரியும். தொடர்ச்சி புரியும்.

பழையது தெரிய, புதியது புரியும்.
ஒவ்வொன்றையும் உடைத்து சோதித்தால்
விற்கத்தான் கண்ணாடி ஏது?

புதியது புரிய பழையது தெரிதல் அவசியம் .
பழையது தெரிய 'பறவைப் பார்வை' உதவும்.

எதையும் அருகிருந்து நோக்க,
குழப்பமே மிஞ்சும். தள்ளி நின்று அதன்
மொத்த பரிமாணம் பார்க்க, நம் நிலை உணர்வோம்.

எண்ணங்களை எழுதி வைக்க
பத்தி பத்தியாய் கட்டுரைகள் எதற்கு?
சுருங்கச் சொல்லலே அழகு.
ஏடில்லா காலத்தே, செவிவழி செந்தமிழ்
வாழ்ந்து வந்த காலத்தே கட்டுரைகள் செல்லாக்காசே

எத்தனை நினைவுவில் நிறுத்த இயலும்?
கட்டாயத்தின் பெயரில் கட்டுண்டன வார்த்தைகள்.
சிறுகச் சொல்லி விளங்க வைத்தல் அவசியமானதால்
மனப்பாடம் செயவல, மனதில் பதியவல
பாடல்களாக இருந்தது தமிழ்.
பாடல்கள் பிறந்த கதை
இதுவாய்த்தான் இருக்க வேண்டும்.

காலணாவுக்கு கை நிறைய
என்பது போலொன்றி
சிறுகச் செல்வோம். சிறக்கச் சொல்வோம்.

நிகழ்ச்சிகளை அல்ல. எண்ணங்களை.
விடுகிறேன், வேண்டுகோள்.
எழுதுவோம் இனி, இனிய தமிழில்.

நடுவர் இளந்தேவன் அவரது உரையில்★ குறியிட்ட இந்த வரிகளை அவரது இறுதியுரையில் குறிப்பிட்டு, பாராட்டினார். பெருமையாக உணர்ந்த நேரம் அது.

19

ஏழைகள்

எம்.பி.ஏ., பி ஏ., எக்னாமிக்ஸ் ஆகிய படிப்புகள் படிப்பதற்கு முன்பாக நான் படித்தது, 3 ஆண்டுகால கேட்டரிங் டெக்னாலஜி டிப்ளமா. சென்னை தரமணியில் உள்ள இன்ஸ்டிடியூட் ஆப் ஹோட்டல் மேனேஜ்மென்ட் & டெக்னாலஜியில் படித்தேன். அப்போது கல்லூரியில் நடத்தப்பட்ட ஒரு போட்டி.

1979 ஆம் ஆண்டு கேட்டரிங் டெக்னாலஜி நடத்திய இன்டர் காலேஜ் கவிதை போட்டியில் முதல் பரிசு பெற்ற கவிதை. போட்டி பலமாக இல்லையோ!

இந்த கவிதைகள் எழுதியது அனேகமாக 1970களின் பிற்பகுதி. சுமார் 55 ஆண்டுகளுக்கு முன்பு. அப்போது எவையெல்லாம் பிரச்சினைகளாக இருந்தாலும் அவை குறித்து தான் கவிஞர்கள் எழுதுவார்கள் அப்படி எழுதினால் தான் சபை ரசிக்கும், பரிசு கிடைக்கும். எனவே இதில் எழுதப்பட்டிருப்பவை அப்போதைய நிலையாக இருக்க வேண்டும்.

கட்டினோர்க்கு ஒரு இல்லாள்.
இருப்பவருக்கு இவ்வளவு
என சொத்தின் அளவின்றி,
இந்தியா முழுமையும் ஆண்டு வரும்
இந்நாட்டு மன்னர்கள்.

இவர்களை வாழ வைப்பதாய்
சொல்லி வரும் அரசியல்வாதிகளின்
வயிற்று பிழைப்பாம் அரசியலில்
வாதிகள் போட்ட 'மூலதனங்கள்'.

நீரிலும் கிருமி உள்ளதெனக்
கண்டுபிடித்த விஞ்ஞானிகளுக்கு
புழுவும் பூச்சியுமாய் இருக்கும்
வஸ்துக்களையும் உண்டு, உயிர் வாழ்ந்து காட்டி வரும்
சாட்டை அடிகள்.

கூழுக்கும் வழியின்றி
குடும்பம் வாடிட,
குடித்து கும்மாளமடிக்கும்
குப்பத்து ராஜாக்கள்

நிதம் வெள்ளம் பெருகாதா?
கார்ப்பரேஷன் பள்ளி கட்டிடங்கள் இடம் தராதா?
காகித உணவுப் பொட்டலங்கள் விழாதா!
என ஏங்கும் எம்நாட்டு மன்னர்கள்

இருக்கும் ஒன்று இரண்டையும் விற்று
எமன் ஒருவன் கையில் கொடுத்துப்
பின் அவனையே காணாது கலங்கும்,
அரபு நாடு செல்ல ஆசைப்படும அன்பர்கள்.

விஞ்ஞான யுகத்தின் விபரீத விளையாட்டு
வாகனங்கள், ஆட்டோ டாக்ஸிகளில்
ஐந்தாண்டுக்கு ஒரு முறை வீட்டிலிருந்து தேர்தல்
அலுவலகம் வரை
அமர்ந்து அனுபவிக்கும் அனுபவசாலிகள்.

பொழுதுபோக்கு செலவிற்குப் பணமின்றி
வேறு வழியும் இன்றி
குழந்தை செல்வம் பலபெற்று,
மகக்கள் தொகை அதிகரிக்கும் ஆசாமிகள்

பருகப் பால் இன்றி பச்சிளம் குழந்தை தவிக்க,
இடுப்பில் துணியுடன் அகமுடையாள் முடங்கிக் கிடக்க,
அரசியல் தகராறில் கம்பி எண்ணும்
உண்மை தொண்டர்கள்

மானம் காற்றினில் பறக்காதிருக்கத் துணியின்றி
அவன் மனைவி மக்கள் தவித்திருக்க,
பட்டொளி வீசும் தன் கட்சிக்கொடியை
குடிசை மேல் பறக்க விடும் கொள்கைத் தங்கங்கள்.

அடுத்த வேளைக்குத்
திருவோடு ஏந்தும்
நிலைவரினும் திரைப்படம் தவறா
கலைஞர்களை ஊக்குவிக்கும் கலா ரசிகர்கள்

கையாலாகாத ஆண்மகனைக் கைப்பிடித்ததால்
வயிற்று மகவுகளை வளர்க்க
உடலையே விற்கும்
சில பரிதாப தாய்மார்கள்

வெண்திரையில் தோன்ற வேண்டி
பெற்றோரை மறந்தோடி
வீணர்களால் வீணாக்கப்படும்
சில பகுதி நேர விலை மாதுகள்.

அரசியல்வாதிகள் மேடையில் பேச
மொத்தமாக குத்தகைக்கு எடுத்துக்கொண்ட
மேதா விலாசங்கள்

மனித பெருக்கத்தினால் பூமியில்
இன்னும் சில காலத்தில் இடம் போதாது
என எண்ண வைத்து, விண்வெளியில்,
இடமும் தேட வைத்த விஞ்ஞான தூண்டுகோல்கள்

மண்ணாசை, பொன்னாசை ,பெண்ணாசை
மூன்றில் முதலிரண்டைத் துறந்த முனிவர்கள்

மெய், வாய், கண், மூக்கு, செவி
அனைத்திற்கும் இரையிட வழியின்றி
ஐம்புலனடக்கும் அஞ்ஞானிகள்

குடித்த கால் வயிற்றுக் கஞ்சி
கரைய குழாயடியில்
கொக்கரிக்கும் குலமாதர்கள்

இந்தியாவின் செல்வ செழிப்பைப்
புகைப்படத்தில் காட்ட நினைப்பவர்க்கு
முதலில் கண்ணில் படும் வயிறு ஊதிய குழந்தைகளைப்
பெற்றுத் தந்துதவியவர்கள்

பொழுது போகாதவர்களும்
பரிசு வேண்டுபவர்களும்
கவிதை எழுத, தன் வாழ்வைக்
கருவாய்க் கொடுத்த பரந்த மனம் படைத்தவர்கள்.

20

அடுத்த தலைமுறைக்கு விட்டுச் செல்வோம்

இப்படிப்பட்ட விழிப்புணர்வு ஏற்படுத்துதல் போன்றவை எல்லாம் பொதுத்துறை நிறுவனங்களில்தான் சாத்தியம் என்று நினைக்கிறேன். அப்போதே, அதாவது 30, 40 ஆண்டுகளுக்கு முன்பே ச கிடைக்கஸ்டெயினபிள் டெவல்ப்மெண்ட் குறித்தெல்லாம் யோசித்திருக்கிறார்கள். யோசிக்க வைத்திருக்கிறார்கள்.

இவையும் பாதுகாப்புத் துறையினரால் நடத்தப்பட்ட போட்டிகளாகத்தான் இருக்க வேண்டும்.

நந்தகோபால் நொண்டியானான், நொடிப் பொழுதில்.
கண் போனவங்க, கை, கால் போனவங்க கணக்கு உண்டா?
உற்பத்தி தேவைதான், நாட்டுக்கும் வீட்டுக்கும்.
கூடவே கவனமும் தேவைதானே! விபத்து தடுப்போம்.

ஆலை தோறும் சின்னச் சின்ன ஆரோக்கிய எதிரிகள்.
காது கிழியும் சத்தம், எலும்பை உருக்கும் நச்சுப் புகை
நுரையீரல் தின்னும் தூசு. தீங்கு இன்னும் நூறு விதமாய் இருக்கு.
களையணும் காரணங்கள் தொடரணும் ஆரோக்கியம்.

வீட்டுக் குப்பை பெருக்கி, வாசல் தள்ளிப் போட்டு, சுத்தம்
பேசாதே.
ஆலைக் கழிவு, அக்கம் பக்கம் தள்ளிவிட்டு, லாபம்
பார்க்காதே.
கோடி ஆண்டாய் சுழலுது பூமிப்பந்து, பச்சையாய்,
தண்ணீருடன்.
பல்லாயிரம் உயிரினம் வாழ, உலக உருண்டை இருக்குது
ஐயா

கெடுத்து விடாதே உன் பொறுப்பற்ற தன்மையால்.
காடு காப்போம், மரம் வளர்ப்போம்,
நெருப்புத் தடுக்கும் டு ஓசோன் காப்போம். பெற்றோமே
பூமியை
அதே விதமாய் அடுத்த தலைமுறைக்கு விட்டுச் செல்வோம்.

21

ஊரகம்

பெல் ஊரகத்தில் அக்கம் பக்கம் குடியிருப்போரும் பள்ளி, கல்லூரிகளில் ஏதும் போட்டிகள் வைத்தால் நம்மிடம் கவிதைகள் கேட்பார்கள். பக்கத்து குவார்ட்டர்ஸில் இருந்த ஞானசுந்தரம் என்பவரின் மகள் ஹரிணி அப்போது மூன்றாவதோ நான்காவதோ படித்துக்கொண்டிருந்திருக்கலாம். 2025 ஜனவரி மாதம் சென்னை புத்தகக் கண்காட்சியில் இந்த ஹரிணியைச் சந்தித்தேன். கிழக்கு அரங்கில் என்னைச் சந்தித்து மகிழ்ச்சியைப் பகிர்ந்துகொண்டார். இப்போது அவர் ஒரு தாய்... அவருக்கு எழுதியது இந்தப் பாடல். பரிசு கிடைத்ததா என்று நினைவில்லை.

பொதுத்துறை நிறுவனங்கள் உடைய குடியிருப்புகள் எத்தனை விதங்களில் சிறப்பாக இருக்கும் என்பதை இந்தப் பாடல் காட்டுகிறது.

ஊரகம் எங்கள் ஊரகம்
உன்னதமான ஊரகம்.
பன்னூறு குடும்பங்கள்
பாங்காய் வாழும் ஊரகம்.
பாரதி பெயரில் பூங்கா,
பாலகர்க்கு பாலவிகார்.
கல்வி கண் திறக்க பள்ளிகள்.
பொருள் வாங்க கடை கண்ணிகள்.

அமைப்பான வீதிகள்
அழகான வீடுகள்
எப்போதும் கிடைக்கும் நீர்
தடையில்லா மின்சாரம்

வசதி மிக்க மருத்துவமனை.
எப்படி சொல்ல அதன் மாண்புதனை!
பொழுது போக்க மன மகிழ் மன்றம்.
அதன் உள்ளே ஒரு நூலகம்.

ஊரகம் எங்கள் ஊரகம்
உன்னதமான ஊரகம்

22

எய்ட்ஸ்

இப்பொழுது எய்ட்ஸ் பற்றி அவ்வளவு பேச்சில்லை. மருந்து கண்டுபிடித்துவிட்டார்களோ என்னவோ. எனக்கு நன்றாக நினைவிருக்கிறது 1980 - 90 களில் எய்ட்ஸ் பெரிய பிரச்சனை. புள்ளி ராஜாவுக்கு என்ன ஆச்சு? என்பது போன்ற பெரிய விழிப்புணர்வு விளம்பரப் பலகைகள் எல்லா ஊர்களிலும் வைக்கப்பட்டிருக்கும். ஊர் ஊராகப் போய் விழிப்புணர்வுத் திரைப்படம் போட்டுக் காட்டுவார்கள்.

என்னுடைய தலைமுறைகள் என்ற ஐந்தாவது சிறுகதைத் தொகுப்பில் அப்போது நான் எழுதிய எயிட்ஸ் பிரச்சனை குறித்த ஒரு சிறுகதை இருக்கிறது. யாரோ போட்டி வைத்திருக்கிறார்கள். எழுதியிருக்கிறேன்.

எய்ட்ஸ் விழிப்புணர்வு போட்டிக்கு எழுதிய கவிதை (யார் நடத்தியது என்று நினைவில்லை- குறிப்புகளுமில்லை)

ஒரே முறையில் ஏதாகிவிடும்?

பத்து எட்டு ஆண்டுகள் பெற்றோர் சீராட்டு.
ஆறு ஆண்டுகள் தொழிற்கல்வி.
ஏழெட்டாயிரம் நல்லூதியம்.
அழகு தேவதை துணையால்
அருமையாய் மகளும் பிறக்க,
வாழ்வு ரசமாக, வண்டி ராஜபாட்டையில்.

எத்தனையோ கனவுகள்.
அத்தனைக்கும் திட்டங்கள்.
நன்றாய்தான் போனது, அவன் வாழ்க்கை.
அதுவரை.

ஊசி முனைபட்ட ஊதிய பலூனாய்
கிழிந்து போனது, ஒரு சபலத்தால்.
வெளியூர் பயணம், நண்பர் சூழல்.
ஒரே முறையில் என்னாகிவிடும் என
செயல்பட்டார், உறவு கொண்டார்.

அது

பிறப்புறுப்பு என்பார்.
பிறன்மனை விழைந்தார்க்கு
மாற்றார்க்கும் அது பிறப்புறுப்புதான்
பெரும் மரணம் பிறக்கும் உறுப்பே

விபரீதம்

இனவிருத்தி இனிதாக்க
இறைவன் செய்வித்தான் சிற்றின்பம்.
அதுவே நினைவாகி, அளவு தாண்டி,
வீடு தாண்டி விபச்சாரம் விருத்தியாக,
ஐயகோ விபரீதமும் ஆகி,
இனம் அழிக்குதே எய்ட்ஸ் என்ற பெயரால்

அதன் பெயர்

பேரே விசித்திரம்
எதற்கு எவரும் உதவ இயலாதோ
அதன் பெயர்
'எய்ட்ஸ்' என்ற உதவியாம்!

(AIDS stands for Acquired Immunodeficiency Syndrome)

விலைவாசி

ஒளிரும் சுடரில்
மயங்கி
தானே அதில் இணைந்து
மாயும் பூச்சிகளாய்...

ஓ..! மனிதனுக்கும்
வந்ததே இப்படி
மயங்கி மாயும்
அழைப்பு

விலைவாசி ஏறி விட்டதாம்.
ஆம். பின் என்ன
நொடிப்பொழுது
இன்பம் துய்க்க என்ன விலை?
"இன்னுயிரை ஈந்து விடு"

வீட்டுச் சமையலே
கட்டுப்படியாகும். ஆம்/
'வெளியில்' விலை, 'விஷம்' போல
ஏறிவிட்டது.

5.உலக நிகழ்வுகளுக்கு மறுவினை

23

ஆடுவார்

நாமாக, நம் மனம் ஈடுபடும் விடயங்கள் குறித்து அவ்வப்போது கவிதைகள் எழுதுவது உண்டுதானே! அப்படிப்பட்ட சில கவிதைகள்.

சிறுகதைகள் எழுதிக்கொண்டிருந்தேன். அவற்றை வார, மாத இதழ்களுக்கு அனுப்பிக்கொண்டிருப்பேன். எப்போதாவதுதான் பிரசுரமாகும். முதன்முதல் ஒரு சிறுகதை கல்கியில் பிரசுரமாகிவிட்டது. அந்த மகிழ்ச்சியில் எழுதியது. கவிதை இல்லை. பாடல் கூட இல்லை. ஆனால் சாதாரணக் கடிதம் அல்ல.

8.1.1992

மதிப்பிற்குரிய கல்கி ஆசிரியர் அவர்களுக்கு வணக்கம்.

இதற்கு முன் கதை ஏதும் பிரசுரம் ஆனதில்லை
அறிமுக கடிதமோ, ஆளோ கிடையாது.
அனுப்பிய மூன்றாவது வாரம் பிரசுரம்!
என்ன இது கல்கி! எப்படி இந்த வேகம்?

ரிஷபன் சொன்னார். விரைவில் விடை தெரிய,
இன்று கல்கி மட்டுமே என்று விடை கிடைத்து
விட்டது.
இனி விடமாட்டேன்.
ஸ்ரீகாந்த் மீண்டும் ஆடுகிறார்/
இனி, அடிக்கடி ஆடுவார்.
ஊக்குவித்த, முதல் கதை பிரசுரித்த
உங்களுக்கு நன்றிகளும் வணக்கங்களும்

ஸ்ரீகாந்த் மீண்டும் ஆடுகிறார் என்பது அந்தக் கதையின் பெயர். அது கல்கியில் பிரசுரம் ஆனது. ரிஷபன் என்கிற என்னுடைய எழுத்தாளர் நண்பர் சொல்லி கல்கிக்கு அனுப்பி இருந்தேன்.

ரிஷபன் என்பது புனைபெயர். அவரது இயற்பெயர், ஆர் சீனிவாசன். ஸ்ரீரங்கம் சீனிவாசன் என்ற பெயரிலும் எழுதியிருக்கிறார். என்னுடைய நண்பர். குறிப்பாக சிறுகதைகள் குறித்து சொல்வார். வழிகாட்டினார். இருவரும் ஒன்றாக திருச்சி பெல் நிறுவனத்தில் பணியாற்றினோம். நான் எச் ஆர். அவர் அக்கவுண்ட்ஸ்.

24
ஆட்ட வர்ணனை

என் பள்ளி, கல்லூரி காலம் முதல், பெல் நிறுவனத்தில் பணியாற்றிய காலம் வரை நான் கிரிக்கெட் விளையாண்டேன். தவிர இந்தியா கலந்துகொண்ட போட்டிகளை விடாமல் தெரிந்துகொள்வேன். தொலைக்காட்சியில் பார்க்க முயன்று வந்திருக்கிறேன். திருச்சி பெல் நிறுவனத்தில் பணியாற்றியபோது தொலைக்காட்சியில் பார்ப்பதற்காக, அதிலும் குறிப்பாக சர்வதேச போட்டிகளில் இந்தியா ஆடும் ஆட்டங்களைப் பார்ப்பதற்காக விடுப்பு எடுப்பேன்.

அப்படி விடுப்பு எடுத்து ஒருமுறை நான் செய்த அட்டகாசங்களைத்தான் ஸ்ரீகாந்த் மீண்டும் ஆடுவார் என்ற பெயரில் சிறுகதையாக எழுதினேன். எழுதி அனுப்பிய சில நாட்களிலேயே அது பிரசுரமானது.

மேற்கிந்திய தீவு அணியுடன் ஒப்பிடுகையில் அப்போதைய இந்திய அணி சாதாரண அணிதான். அப்போது தான் கபில்தேவ் அணித் தலைவராகப் பொறுப்பேற்றிருந்தார். உலக கோப்பை இறுதி ஆட்டம் வரை இந்தியா வந்துவிட்டது. ஆனால் எதிர்த்து ஆட வேண்டியது மேற்கிந்திய தீவுகள் அணியை.

நிச்சயமாக மேற்கிந்திய தீவுகள்தான் ஜெயிக்கும் என்று பலரும் முடிவுகட்டி இருந்தார்கள் இந்தியர்கள் உட்பட. மேற்கிந்திய அணியை அதுவும் இறுதிப் போட்டியில் ஜெயிப்பது என்பது சாத்தியமே இல்லை என்பது போன்ற நிலையில், நானும் அந்தப் போட்டியை வீட்டில் இருந்த தொலைக்காட்சிப் பெட்டியில் பார்த்துக்கொண்டிருந்தேன்.

பாடல்கள் எழுதத் தெரிந்த நான் என்னுடைய நோட்டுப் புத்தகத்தில் நடந்ததை ஒரு பாடல் போல எழுதி இருக்கிறேன். இந்த வரிகளை இப்போது படித்துப்

பார்த்தாலும் அந்தப் போட்டியின் ஒவ்வொரு நிகழ்வும் என் மனதில் நிழலாடுகிறது. ஆம். நான் வழக்கமாக செய்யும் காட்சிப்படுத்துதலைச் செய்திருக்கிறேன்.

1982 கிரிக்கெட் உலகக் கோப்பை இறுதிப் போட்டி

பாரதமா? அரை இறுதியா? ஆடுவதா?
பேசினர் பெரியர்.
ஆடினோம்.

ஜெயமா? நமக்கா?
சிரித்தனர்.
ஜெயித்தோம்.

இறுதிப் போட்டி.
இரும்பு மனிதர்களுடன்.
காத்திருந்தன பல கண்கள்.
நம் சரிவைக் காண.

குழுமியது பெருங்கூட்டம்.
பூவா, தலையா வெற்றி மட்டுமே மேற்கிந்தியருக்கு.
மற்றதெல்லாம் புண்ணிய பூமி பாரதத்திற்கே.

கிருஷ்ணமாச்சாரி கிழித்தார்.
மார்ஷலையும் மனித மிருகம் ராபர்ட்டையும்.

கவாஸ்கர் கவிழ்ந்தார். முதல் படி என மகிழ்ந்தனர்.

அசந்தனர் அவர்கள். முழு முயற்சி காலுக்குப்
பந்துவீச்சு.
உடைத்தனர் அடுத்த ஜோடியை .

மொகிந்தர் மோசமான ஆள்.
முடிவில்லாமல் ஆடுவார் என
அசுரப் பந்துவீச்சு. பெயர்த்தனர் ஸ்டம்பை.

யெஸ்ப்பால் அவன் யமகாதகன்.
அவனும் வீழ்ந்தான்.

கப்பிலின் புலிப் பாய்ச்சலுக்கும்
பதில் அளித்தனர் பந்துவீச்சாளர்.

சந்திப் பாட்டிலும் சந்துவும்
சாவுடன் போராடி, சிறிது ஓட்டங்கள்.

முடிந்தது பேட்டிங்.
இலக்கோ மிகக்கிட்டம்
மேற்கிந்தியிருக்கு.

அடக்க முடியாத அசாதாரணர்கள் அவர்கள்.
ஆட வந்தனர் அதிரடி மன்னர்கள்.

தோல்வியை நிச்சயமெனத் துவண்ட மக்களுக்கு
துளிர் விட்டது நம்பிக்கை.
அவர்கள் ஓப்பனர், கிரீனிட்ஜ்
கிளீன் போல்ட்.

வந்தவன் ரிச்சர்ட்ஸ்.
ரெக்கார்ட் மேக்கர்.
ஆவரேஜ் *50* க்கு மேல்.
அலட்சிய ஆட்டம். ஆனான்.
அவனும் பலி

கால் உடைந்த லாயிடும்
லெட்டாய் கொடுத்தார் கேட்ச்.

தொடர்ந்து ஆடி நம்பிக்கையை,
உடைக்க வந்தான் ஸ்லோ பேஸ் மொகிந்தர்
உடைத்தான் ஜோடியை
மார்ஷலும் உள் போனான்.
துஜானும் அப்படியே.

அவர்கள்தான் என வாய் பேசிய
கமெண்ட்ரேட்டர் டோனி கிரஃக்கும்
நா புரட்டினான்.

வென்றனர் இந்தியர்.
சரிவைக் காண காத்திருந்த கூட்டம்
கலங்கிப் போனது.
பூவா தலையா வெற்றி மட்டுமே
மேற்கிந்தியர்களுக்கு.

என்ன ஒரு ஆட்டம்!
கப்பிலே பிடி-
ஒரு கப் வாழ்த்துக்கள்.

25

நிஜமாய் வருத்தம்

நன்றாக வாழ்ந்துகொண்டிருப்பவர்கள் தற்கொலை செய்து கொண்டால் அதிர்ச்சியாக இருக்கும். அதிலும் பிரபலமானவர்கள் இள வயதினர் செய்து கொண்டால் அதிர்ச்சி அதிகமாக இருக்கும். சில்க் ஸ்மிதா அதிக பிரபலமானவர். அவருடைய தற்கொலை பெரும் அதிர்வுகளை ஏற்படுத்தியது.

ஆனந்த விகடன் எழுதச் சொல்லவில்லை. நான் எழுதி இருக்கிறேன் அது விகடனில் வந்தால் நன்றாக இருக்கும் என்று நினைத்திருக்கிறேன் அனுப்பி இருக்கிறேன் நல்லவேளை ஆக ஒரு பிரதி வைத்திருந்தேன்.

(சில்க் ஸ்மிதா தற்கொலை - ஆனந்த விகடனுக்கு அனுப்பியது)

*பத்து, இருபது வருடமாய்
சினிமாவில் பார்த்துப் பழக்கம்
சகோதரி
ஏன் இந்த முடிவு?*

*பாவம் எத்தனை உழைத்தாய்!
இருந்துமா கடன்?
உன்னை உண்ட ஓநாய்கள்
பணத்தையுமா உண்டன?*

உன் ஜென்மம் குறித்து
நிஜமாய் வருத்தம்.
ஆயினும் இனி
உன்னைப் பொறுத்தவரை
எதுவுமே பிரச்சினை இல்லை.
சாவுதானே சுலபமுடிவு!
வருத்தங்களுடன்.

26

எவர் செய்வார், நீ செய்தவை!

இப்போதுதான் காஷ்மீர் பிரச்சினை. 1980களில் காலிஸ்தான் ஒரு மிகப்பெரிய பிரச்சனை நாட்டின் ஒற்றுமைக்கு பெரிய சவாலாக இருந்தது. காலிஸ்தான் என்ற தனிநாடு கேட்ட பஞ்சாப் மாநிலத்தைச் சேர்ந்தவர்கள் ஆங்காங்கே தாக்குதல் நடத்திக் கொண்டிருந்தார்கள்/ அவர்களை போலீஸ் பிடிக்க முயன்றால் பொற்கோவில் உள் சென்று ஒளிந்துகொள்வார்கள். வழிபாட்டு இடமான பொற்கோவிலுக்கு நுழைய தயங்கிய போலீஸ் அவர்களை எதிர்க்க முடியாமல் தவித்துக்கொண்டிருந்தது.

அப்போதைய பிரதமர் இந்திரா காந்தி, ஒரு தைரியமான முடிவு எடுத்து, ராணுவத்தினரை பொற்கோவிலுக்குள் அனுப்பினார். தீவிரவாதிகள் கட்டுப்படுத்தப்பட்டனர். ஆனால் தங்கள் வழிபாட்டு இடத்திற்குள் ராணுவத்தை அனுப்பிய இந்திரா காந்தியை அவர்கள் மன்னிப்பதாக இல்லை.

அது சமயம் பிரதமரின் பாதுகாப்புக்காக இருந்த கமெண்டோ படையினரில் சில சீக்கியர்களும் இருந்தார்கள். அவர்களை மாற்றிவிடலாம் என்று கொடுக்கப்பட்ட யோசனையை இந்திரா காந்தி நிராகரித்தார். ஆனால் பாவம் அவருடைய பாதுகாவலர்களாலேயே கொல்லப்பட்டார்.

அதன் காரணமாக நாடு முழுக்க சீக்கியர்களுக்கு எதிராக கலவரம் நடந்தது. அந்த வடுவும் மாறாமல் வெகுகாலத்திற்கு மனக்கசப்பும் பிரச்சனையும் இருந்தது. பிறகு இந்திரா காந்தியின் மகனாக இருந்த ராஜீவ் காந்தி, தன் தாயைக் கொன்றவர்களை மன்னித்து அமைதி ஒப்பந்தத்தில்

கையெழுத்திட்டார். அதேபோல சீக்கியர்கள் மத்தியில் இருந்த தனிநாடு கோரிக்கையை எதிர்த்து இந்தியாவுடன் இருப்போம் என்று மக்களைச் சம்மதிக்க வைத்து ஒப்பந்தத்தில் கையெழுத்திட்டார் லோங்கோவால் என்ற சீக்கிய தலைவர்.

அந்த ஒப்பந்தம் கையெழுத்தான உடன் அப்பாடா என்ற நிம்மதி இந்தியர்கள் மத்தியில். அந்த சந்தோஷத்தில் எழுதிய கவிதை. சரி ஒத்துக்கொள்கிறேன் பாடல்.

காலிஸ்தான் பிரச்னைக்குப் பின்
அமைதி ஒப்பந்தம்

இனி இது தீராத பகைதான்
யாவும் இனி மீளாத் துயர்தான்
எனப் புகையும் குண்டுகளூடே,
கனத்த மனங்களுடன் நகர்கையில்

பெருந்தன்மைச் சிகரங்கள், தொலை நோக்காளிகள்,
ஒருமைப்பாட்டு விரும்பிகள்,
செய்தனர் ஓர் சரித்திரம்
ஒற்றுமை ஒப்பந்தம்

ஆழ்மனதில் ஒரு சோகம். அடித்தளத்தில் ஒரு வருத்தம்.
நண்பர்களைப் பிரித்தது, ஒற்றுமை குறைத்தது. எளிதில் பற்றும்
கற்பூரம் மதமான தீ ஊதி ஊதி வளர்க்கப்பட்டது.
வீழ்ந்தது பாரதப் பிரதமர் மட்டுமல்ல. ஒற்றுமைப் பாரம்பரியமும்தான்

பூமியில் பெரும்பகுதி கந்தகத்தில் வெந்து வருகையில்
கொலைகள் எங்கும் பரவி வருகையில்
ராணுவ அரசுகள் இரவோடிரவாக மாறுகையில்
உற்பத்தியின் பெரும்பகுதி ஆயுதங்கள் ஆனபின்
பரஸ்பர நம்பிக்கை என்பது பறந்து போனபின்
பாரதம் மட்டும் ஆனந்தித்திருப்பது பொறாதவர்

தூண்டிய வெறிதான் மதத்தை வைத்து
ஆறாப் பகை பண்ண முனைந்து.
அதில் முக்கால் கிணறு தாண்டியவரை
முனைப்பாய் முனைந்து
விரட்டியவர் ஜவஹர் பேரன்.
ஒண்டித்தூக்கல் இயலாத போது
சீக்கியர் இந்து இணைப்பாய் இருக்க துணிவோடு
தோள் ஈந்த பெருமகன் லோங்கோவால்

உன்னை சுட்ட பேடி சுட்டது உன்னை அல்ல
தீவிரவாதிகளுக்கு எதிர்ப்பு தெரிவித்து
ஏனைய சீக்கியரின் நட்பை தான்.

வருந்தாதே இந்த தேசத்தில் மகாத்மாவுக்கு
எத்தனை இடம் உண்டோ
அத்தனையும் உண்டு உனக்கும்.
துணிவுக்கு எடுத்துக்காட்டே!
எவர் செய்வார் நீ செய்தவை?
ஆண்மைமிக்க நின் செயல்கள்
ஆகா, தாடியும் தலைப்பாகையும் கத்தியும் தாங்கியும்
நீ இந்தியன் எனக் காட்டினாயே

27

என்னால் முடியும் சொல்ல

1991 முதல் 1999 வரையில் நான் திருச்சி பெல் நிறுவனத்தில் பணியாற்றிய காலம் என்னுடைய வாழ்க்கையின் வசந்த காலங்களில் ஒன்று.

பெல் நிறுவனத்தில் மனிதவளத் துறையில் பணியாற்றியது தவிர அதே நிறுவனத்தின் ஊரகத்தில் இருந்த மனமகிழ் மன்றத்தில் நான் நிர்வாகம் சார்பாக நியமிக்கப்பட்ட ஒரு நிர்வாக குழு உறுப்பினர். அங்கே கைலாசபுரம் இலக்கிய வட்டம், ஹெல்த் கிளப் போன்ற பலவற்றை உருவாக்கினேன். தவிர மாலை நேரங்களில் துவாக்குடி புட் கிராப்ட் இன்ஸ்டிட்யூட், ஆர் இ சி , பாரதிதாசன் இன்ஸ்டிடியூட் ஆப் மேனேஜ்மென்ட் மற்றும் திருச்சியில் செயின்ட் ஜோசப் கல்லூரி பிஷப்ஹீபர் கல்லூரி போன்றவற்றில் மாணவர்களுக்கு பகுதி நேர பேராசிரியராக பாடம் எடுத்தேன்.

இவை தவிர, அழைக்கிற அமைப்புகளில் போய் பேசுவேன். அப்படி என்னை ஆரம்ப காலத்திலேயே பேச அழைத்தவர்களின் முக்கியமானவர்கள் பெல் சிட்டி ரோட்டராக்ட் அமைப்பினர். இப்பொழுது அகில இந்திய ரோட்டரி இயக்குனராக இந்தியாவை ரோட்டரிக்காக பிரதிநிதித்துவப்படுத்தும் டிரிபிள் எம் என்று அழைக்கப்படும் முருகானந்தம் அப்போது இளைஞர் ரோட்டராக்ட் உறுப்பினர்.

அந்த உறுப்பினர்களைப் பாராட்டி நான் எழுதிய ஒரு பாடல்.

என்னால் முடியும் சொல்ல

(திருச்சி பெல் ஊரக ரோட்டராக்ட் இளைஞர்களுக்கு)

வெறும் புகழ்ச்சிக்காக அல்ல.
உங்கள் முயற்சி மேல் உள்ள நம்பிக்கையால்
என்னால் முடியும் சொல்ல

உன்னத நோக்கம், உயர பறக்கும் எண்ணம்
வயதையொட்டிய வழக்கமான ஈர்ப்பு
கவனச்சிதறல், விளையாட்டு குணங்கள் உதறித்தள்ளி
ஊர்மேல் கவனம், உலகத்தின் பால் கரிசனம்.s.
பாழும் கிணறு, பாலம் இல்லா ஆறுகள்.
படிப்பில்லா கிராமம் மீது கொண்ட பற்று அதிகம்.

படிப்பும், உழைப்பும் பெற்றோர் கடமையும்
ஓர் புறமிருந்தும் இதிலும் எத்தனை ஆர்வம் கண்டேன்.
சாதனைகள் எத்தனையோ. தேவை கண்டறியும் ஆர்வம்,
நட்பாக வாழ்வும் திறன் ஆர்வம் சேவை
உடனிருந்து நடத்திச் செல்லும்
கிறிஸ்துதாஸ் உருவாக்கும், ஊக்குவிக்கும்,
நடந்து காட்டும் மாதிரிகள்
பெல் சிட்டி ரோட்ராக்ட் நண்பர்களுக்கும்
வளர்க என வாழ்த்துகிறேன்.

6.தமிழ் - தமிழர் - கலைஞர்

பச்சையப்பன் கல்லூரியில் பி யு சி மற்றும் இளங்கலை பொருளாதாரம் படித்தேன். சில ஆண்டுகள்தான் அதிலும் அப்போதெல்லாம் கல்லூரி சரியாக நடக்காது. அடிக்கடி ஏதாவது பிரச்சனைகளை சொல்லி மாணவர்கள் ஊர்வலம் போக வேண்டும் என்பார்கள்.

அப்போதிருந்த மாணவர்களைப் போல எனக்கும் தமிழ் உணர்வு அதிகமாக இருந்தது. அதற்கு காரணம் அனேகமாக அப்போது பொதுவெளியில் பேசப்பட்ட தமிழர்களுக்கு எதிரான வன்முறைகள். குறிப்பாக இலங்கையில். இந்தியாவிற்கு உள்ளும் பெங்களூர் பாம்பே (இப்போதைய பெங்களூரு மற்றும் மும்பை) போன்ற நகரங்களிலும் அப்படிப்பட்ட தமிழர்களுக்கு எதிரான உள்ளூர்க்காரர்களின் எதிர்ப்பும் கட்டுப்பாடுகளும் இருந்தன.

முதலில் நான் பெருந்தலைவர் காமராஜர் பால் ஈடுபாடு கொண்டிருந்தேன். அதற்கு, ஆரம்பத்தில் நான் சிவாஜி ரசிகனாக இருந்ததும், பச்சையப்பன் கல்லூரியில் மாணவர் தேர்தலில் வெற்றி பெறும் காமராஜ் தலைவராக இருந்த பழைய காங்கிரஸ் அணியும் காரணமாக இருக்கலாம்.

காமராஜர் இறந்தபோது அதிகம் வருத்தப்பட்டேன். காமராஜர் அவர்களுடைய இறுதிச்சடங்கை மிகச்

சிறப்பாகச் செய்த அப்போதைய முதல்வர் மு.கருணாநிதி மீது அபிமானம் ஏற்பட்டது. அது பின்னர், ஈர்ப்பாக மாறியது. கருணாநிதியைப் பிடித்த காரணத்தினால் எம்ஜிஆரை பிடிக்காமல் போனது.

இவற்றையெல்லாம் நான் இப்போது என்னுடைய கவிதைகளைப் பார்த்துத் தெரிந்துகொள்கிறேன்.

28
தமிழ் இனம்

வீரமும் காதலும்
விளைநிலம் தமிழ்குலம்
சாதலும் வாழ்தலும்
சரிநிகர் நமக்கென
சரித்திரம் சொல்லும்.
மானமும் உணர்ச்சியும்
மனிதனுக்கு அவசியம். மண்ணில்
உரிமையும் பொறுப்பும்
எவருக்கும் சரிசமம்
தன்னில் வருமனில்
தரணி சுவர்க்கம்.
மறுத்து உரைக்கினில்
மண்ணே ரணகளம்

அப்போது நடந்த அரசியல் நிகழ்வு மற்றும் அது குறித்து என்னுடைய பார்வை என்னுடைய திமுக சாய்வு நிலை எல்லாம் இந்தக் கவிதையில் நன்றாகவே தெரிகிறது.

29

தமிழகத்தில் வெள்ளம்

கோடிக்கணக்கில் பொருட்சேதம். ஆயிரக்கணக்கில் மக்கள் பாதிப்பு. முதல்வர் எம்ஜிஆர் கண் துடைப்பு நடவடிக்கை. கருணாநிதி சிறையுள்ளே.

நல்லவர் வந்தனராம்.
நல்ல மழை பெய்ததாம்.
பேய் மழை பெய்யுதே!
வந்தவர் பேயரா?

தமிழினம் காக்கும் தலைவனை
தாள் போட்டு உள் வைத்து,
தமிழினம் வாழ்ந்திட
தாயே தாளளயோ!
தரணியெங்கும் தண்ணீரால் நிரப்புகிறாய்!!

அவன் வெளி இருந்தால்,
அண்ணன் பெயரால்
அனைவருக்கும் துணை இருப்பான்.
ஆற்று நீரில் இறங்கி இருப்பான்.

தொண்டருடன் தொண்டராய்
தொண்டு பல செய்திருப்பான்.
முதல்வராம் முதியவர் போல்,
முந்தானை பின் சுற்றாமல்
முடிந்தவரை சரிசெய்வான்

வானில் இருந்து பார்த்தாராம்
வழியெங்கும் தண்ணீராம்
கோடிக்கணக்கில் சேதமாம்.
கோடி வீட்டுக்காரன் போல கடமைக்குச் செல்கிறான்

திரையினிலே, வெள்ளித் திரையினிலே
திக்கெட்டும் முரசுகொட்டும் மன்னன்.
தீயினிலே, வெள்ளத்திலே, பள்ளத்திலே,
திகட்டாத காதலியை காக்கும் காதல் மன்னன்.

கொள்ளிடத்தில், காட்டாற்றுக் காவிரியில்
கேட்பாரற்று கிடக்கும் தமிழ் நெஞ்சங்களை
மழையாட்சியில், மரண ஓலம் கேட்டும்
மனம் மாறா, செயல்படா பொம்மை மன்னன்.

30

ஆரியம் திராவிடம்

ஆரியம், திராவிடம் ஆதி இனங்களில்
ஆரியம் தழைக்குது, திராவிடம் தேயுது.
தேய்ந்தது கண்ட தென்னாட்டு சிங்கம் ஒன்று
சிலிர்த்து எழுந்தது சிலிர்த்து. அதன் மயிர் நுனிகள் பட்டு
திறந்தது அறிவு கண்கள். வினை துவங்கியது பகுத்தறிவு.

வெண் தாடி வேந்தன் தட்டி எழுப்பினான், தண்டத்
தீனிகளை.
நோய்கண்ட நாட்டுக்கு மருத்துவனென,
மொழிப்பற்று, இனப்பற்றெனும் கசப்பு மருந்துகளை
அடி உதைபட்டு, அடி வயிற்றுக்கே அனுப்பினான்.

மருத்துவனுக்கு ஒரு மாணவனாய்ச் சேர்ந்தது பேரறிவு.
ஐயாவுக்குப் பிள்ளையாய், தம்பிகளுக்கு அண்ணனாய்
அவன் பணி தொடர்ந்தது. பின் திராவிடமே
ஆளத் தொடங்கியது அதன் பூமியை.

பொடி (மூக்கினில்) வைத்துப் பேசும்,
ஆற்றல்மிகு ஆங்கிலமும் அறிந்த தமிழ்ப் புலவன்
தரணி வெறுத்து, மரணம் அடைகிறான்.
அவ்விடுக்கண் மறைந்தது தமிழின தலைவனால்.
தம்பிகளுள் தகுந்தவன் அவனேயென
அவன் திறமையை எனும் அழகில் மயங்கி,
மாலையிட்டது தலைவன் பதவி.

நன்றே செய்தான் அவனும். ஆயினும்,
காலம் விளையாட இடம் தேடி தமிழகம் வந்தது,
விளையாட்டின் முதல் பகுதி, ஒற்றுமையாக இருந்த தம்பியர்
பிரிந்தனர் இரு பாதை. ஆரம்பம், எட்டும் இரண்டுமாய்த்
தெரிந்தது.
பின்னர் தான் புரிந்தது, அது சம பாதியென.
காலத்துக்கும் விளையாட்டில் சுவாரஸ்யம் ஏற்பட,
பகைவன் ஆரியமும் சங்கூதியது.

7.பொது - சிறு கவிதைகள்

அவ்வப்போது தோன்றியவற்றைச் சின்னச் சின்ன கவிதைகளாகவும் எழுதிவைத்திருக்கிறேன். பத்திரிகைகளுக்கும் அனுப்பி இருக்கலாம். வெளிவந்ததாகத் தெரியவில்லை.

31

சுயமாய் ஏதும்?

உன்னை பார்த்து முகம் சுளித்தேன்
நீயும் சுழித்தாய்
கல்லெறிந்தேன்
உடைந்த பின்னும் சுழித்த முகம் சுளித்தபடியே
இருந்தாய் என சந்தோஷத்தில் சிரித்தேன்
என்ன திமிர்! நீயும் சிரிக்கிறாய்!!
சுயமாய் எதுவும்
செய்ய மாட்டாயா?

...டியே!

ஒளிக்கத் தெரியாது
உள்ளிருப்பு வெளிகாட்டுவாய்
நேர் எதிராய் வெளியே இருப்பது உட்காட்டுவாய்
எதிரில் இருப்பதை பழிப்பு காட்டுவாய்
நீளமாய் அகலமாய் கலங்களைத் தெளிவிப்பாய்
மூக்கின் மேல் வெட்டுப்பட்டாலும்
நிறம் மாறி ஜொலிப்பாய்
அலங்கரிப்பாய், குத்துவாய், கிழிப்பாய்
என்ன உனக்கு இத்தனை குணம்
மனிதர்கள் போலவே!
கண்ணாடியே!

32

திருமண வாழ்த்து

ஈரடி சொன்னது நான்கு அகற்றி
நான்கடி சொன்னது முறையாய் பற்றி
யாரடி இவர்கள் என நானிலம் வியக்க
பாரடி, பாரடி வாழ்வார் இவரே!

ஆங்கிலத்தில்

தமிழில் எழுதுவது தவிர அவ்வப்போது ஆங்கிலத்திலும் எழுதி இருக்கிறேன். எழுதியது 20, 25 இருக்கலாம். ஆனால் அவையெல்லாம் அச்சில் ஏற்றும் அளவு சரியாக இல்லை என்பது இப்போது புரிகிறது. ஆனால் அப்போது இஷ்டத்துக்கு எழுதியிருக்கிறேன். சிலவற்றைப் படிக்கும் போது எனக்கு சிரிப்பாகக் கூட இருக்கிறது.

'பர்ஃகெட்' என்ற இந்த கவிதை மறக்க முடியாத நிலை குறித்து எழுதப்பட்டது.

ஆனால் இது கொஞ்சம் கவிதை போல தான் தெரிகிறது அல்லவா. அப்போதெல்லாம் ஆங்கிலத்தில் அவ்வளவு வார்த்தைகள் தெரியாது பழக்கமில்லை. இப்போது மட்டும் என்ன என்று கேட்டு விடாதீர்கள். எனக்கு தாய்மொழி தமிழ்தான். அது போதும்.

33

F O R G E T	I want to. But unable to Why should I? or why not I? The more I want to... the more I am unable to. But wanting to... thinking throughout... how to?

34

மறக்க

வேண்டும் என நினைக்கிறேன் முடியவில்லை
ஏன் வேண்டும்? ஏன் கூடாது?
அதிகம் வேண்ட, இயலாமல் தவிக்கிறேன்.
வேண்டும் என்று அதையே நினைத்துக் கொண்டு
எப்படி என் நிலைமை?

'ஃபர்கெட்' என்ற அந்த 'மறக்க' என்ற சொல்லை தலைப்பாக மட்டும் வைத்துவிட்டு, அதை கவிதை வரிகளில் சொல்லாமல், அதைச் சுற்றி சுற்றி எழுதுவது.

எனக்கு என்னமோ நன்றாக இருப்பது போலதான் தெரிகிறது. முடிவு உங்களுடையது.

அடுத்து பிறந்தநாள் குறித்து யாருக்கோ அறிவுரை சொல்லியிருக்கிறேன்.

35

Birth day

The first one would have been
your parent's day
A decade later, purely
A dressing day.

Teens would have been
seeking mates.
Now in 20's
it is your day.

Up to twenty,
a good Foundation.
Build it. It's your life Edifice.
Brick, Cement and Polish quick.
Any number of floors you could

SM. Valliappan

17.4. 1985

அதன் தமிழாக்கம்.

முதல் சில பிறந்த நாட்கள்
பெற்றோர் கொண்டாடும் கொண்டாட்டம்
ஒரு தசமத்திற்கு பிறகு
முழுதும் உடை அலங்கார நாட்கள்
பதின் பருவ பிறந்தநாட்களோ
எதிர்பால் ஈர்ப்பு தேடும் நாட்கள்

இருபதுகளிலேதான் உன் நாட்கள்
அப்போது நல்ல அடித்தளம் அமைத்து விடு
உன் வாழ்க்கைக்கு அஸ்திவாரம் போடு.
பின், கட்டு, பூசு பொலிவாக்கு வேகமாய்.
எத்தனை மாடி வேண்டுமோ அத்தனையும்

8.தத்துவம் (!)

கவிஞர்கள் என்றாலே தத்துவம் சொல்ல வேண்டும் அல்லவா. நானும் சொல்லி இருக்கிறேன். அதிகம் இல்லை கொஞ்சம்.

அடுத்தவருக்கு சொல்வது என்றால் தான் எவ்வளவு சுலபமாக சொல்ல முடிகிறது என்று இவற்றைப் படிக்கிற போது தோன்றியது.

யார் எழுதினாலும் இப்படித்தான் எழுதுவார்கள். எல்லோருக்கும் எது சரி என்று சொல்லத் தெரியும்.

36

மாறணும் மனிதா மாறணும் நாம்தான்.

நீயா நானா என்பது அல்ல போட்டி.
நீயும் நானும் என்பதே விருப்பம்.

சின்னவன் பெரியவனாய் பெருந்தன்மையில்.
பெரியவன் சிறியவனாய், அற்ப விஷயங்களில்.

மனம்தான் மனிதா மமதைக்கு காரணம்.
மாறனும் மனிதா மாறனும் நாம்தான்.

பாதகம் முழுவதும் வருவது நாவால்
அடங்க வைக்க தைரியம் வேண்டும்

பாடுபட்ட பல நாள் உழைப்பும்,
ஊட்டி வளர்த்த நெடுநாள் உறவும்,
நொடியில் மறைந்திடும், கொடிய நாவினால்.

பேசி தன் பெருமைகள் பெரும்புகழ் இட்ட
முனைவோர் பலரும்
அடக்க யானையின் கால் பட்ட
முள்ளின் முனையாய் முறிந்தே போவர்.

மமதை என்பது மதம் போல
வீறிட்டு எழுந்து அரற்ற நினைக்கும்.
வீணே பலரால் அழிந்தே போகும். .
மமதை என்பது மதமே போல

பலமே உனக்கு பதற்றமின்மை.
நன்றே ஆகும். நினைவது கொள்.

தத்துவத்திற்கு மொழி என்ன தடை. அவ்வளவாக பிரியாவிட்டாலும் பரவாயில்லை ஆங்கிலத்திலும் எழுதி வைக்கலாம் என்று நினைத்திருப்பேன் போல.

பிரச்சினைகளைப் பற்றிக் கவலைப்படாதே என்று ஒரு கவிதை.

37

Look so small now

Worry not of problems
the ones of today are
the achievements of tomorrow.

I recall my own tales
with the proud smile on my face.
Those which bulged day after day and
those pushed me from bad to worse.
which stayed in my mind
eating away all my happiness.

Are bygone, won and overcome.
with the sheer determination. What to say?
I look back a long way.
The big ones of those days look so small now.

அட! தமிழில் மொழிபெயர்க்க, அதுவும் நன்றாகத்தான் இருக்கிறது.

பிரச்சனைகள் குறித்து ஏன் கவலை?
இன்றைய பிரச்சனைகள் நாளைய சாதனைகள்

நான் என் கதைகளை யோசித்துப் பார்க்கிறேன்,
முகத்தில் புன்முறுவலுடன், பெருமையாக.

நாளுக்கு நாள் வளர்ந்தவை;
சிரமத்தில் இருந்து படுகொலைக்குத் தள்ளியவை;
மனதுக்குள் உட்கார்ந்து அரித்தவை;
நிம்மதியை நின்று தின்னவை.

அனைத்தும் கடந்து, வென்று வந்திருக்கிறேன்.
மன உறுதியோடு. வேறென்ன சொல்ல?
திரும்பிப் பார்த்தால் தெரிகிறது,
அன்று மலைத்தவை இன்று எத்தனை சிறிதாக
தெர்கிறதென்று.

யாரோ இறந்த போது எழுதியதாக இருக்க வேண்டும். நினைவில்லை.

38

வாழ்க்கை

கண்ணாடி உடைந்தது
கவலைப்பட்டு பின் வேறு வாங்கியது.

வாங்க இருந்த வீடு, விட்டுப் போனது.
முயற்சித்து வேறு வாங்கியானது.

வங்கியில் போட்ட பணம்
மஞ்சள் கடிதத்துடன் மறைந்தது.
கடிதுழைத்து அதையும் தேற்றியாச்சு.

மாற்று இருந்தது.
மறைந்தது எல்லாம் திருப்பியாச்சு.

அடிபட்டுக் கை உடைந்தது.
அதற்கும் வழிகண்டு, ஆற்றி ஆச்சு.
மேலே இருந்து கல்லு விழுந்து, பல்லு போச்சு.
பொய்கட்டி பொக்கை வாய் திருத்தியாச்சு.

வயதியாகி, வாழ்வு முடிந்தது.
அதற்கு மாற்று இருக்கா?
மனசு திகைக்குது.

39

வாழ்க்கை வட்டம்

மண்ணில் நீ விட்டாய் உயிரினங்கள்
உயர்ந்ததுவாய் செய்வித்தாய் மானுடத்தை
பயிர் வளர்த்தோம் இறைச்சியுண்டோம்.
மண்ணே சேர்கிறோம் பின்னே
இடையில், காதல், களவு, காழ்ப்பு, வெறுப்பு
பின்னும் வேண்டாத உயர்ச்சி, தாழ்ச்சி.

பசிப்பது உடல் வழக்கம்.
கலப்பது அதன் வேட்கை.
ரசிப்பதும், மதிப்பதும் தனிக் குணங்கள்.
சிந்தித்தல் சீர்தூக்கல் பெரு வரங்கள்.
உழவும் செலவும் வாடிக்கை.
உண்மையும் மகிழ்வும் பெரு மருந்து..

இதை எழுதி முப்பது ஆண்டுகள் இருக்கலாம் ஏன் 40 கூட இருக்கலாம். அந்த காலத்தில் நான் இவ்வளவு எழுதுவேன், இத்தனை புத்தகங்கள் வெளிவரும் என்றெல்லாம் நிச்சயமாக நினைத்ததில்லை. அப்படிப்பட்ட சூழ்நிலையில் எழுதியது.

40

அவன்

அவன் பேசுவது பேனாவால்தான்.
அவன் கருத்துக்கு காதலிகள் பலர்.
மணக்கத்தான் யாருக்கும் மனமில்லை.
மாலை வேளைகளே அவன் அலுவலக நேரம்.
பகலெல்லாம் கருவுற்ற கருத்துக்களை
பிரசவிப்பான் ஒவ்வொன்றாய்.
பிரசுரிக்கத்தான் பிறக்கவில்லை
பதிப்பகத்தார் இன்னும்.

41

இந்தக் காலத்து இளைஞர்களிடம் ஒப்பீட்டு அளவில், என் இளமைக்காலத்தில் இளைஞர்களை விட, புகை பிடிக்கும் பழக்கம் குறைவாகத்தான் இருக்கிறது.

அப்போது பலரும் புகைபிடிப்பார்கள். அது குறித்த ஒரு கவிதை. எச்சரிக்கிறார் போல.

கவிதைகள் படித்துத் திருந்தியவர் உண்டா என்று தெரியவில்லை. ஆனாலும் கவிஞர்கள் விடுவதில்லை. உலகத்தார்க்கு புத்திமதி சொல்வதில் அப்படி ஓர் ஆனந்தம். அதை என்னவென்று சொல்ல!

கொஞ்சம் உயரமான மேடையில் நின்றுகொண்டு, உலகம் மொத்தமும் தங்களைவிட தாழ்ந்து இருப்பதாக கற்பனை செய்து கொண்டு, அறிவுரைகளை அள்ளி விடுவது.

நான் செய்த அப்படிப்பட்ட ஒன்றுதான் இது.

புகைபிடிப்பது

சாம்பல்தான் மிச்சம்.
நீ பொசுக்கித் தள்ளு.
பழகியபின் விட முயன்றலும்
விலகியா போகும்?
அது விளையாடியே தீரும்
விரும்பித்தான் சாகிறாய் நீ.
பொசுக்கித் தள்ளு.

முன்பு பார்த்த ஆங்கில கவிதையையே தமிழிலும் எழுதி இருப்பேன் போல.

42

கவலைப்படாதே

கவலைப்படாதே
அப்படி பேசி விட்டோமே!
மகன் படிக்கவில்லையே!
ஏழாம் தேதி கெடுவாயிற்றே.

எத்தனையோ பிரச்சனைகள்.
எவர்தான் இல்லாதவர்?

மலைப்பாய் இருக்கும்.
மயக்கம் வரும்.
மருந்தாக இவைகள்?
மேலும் அதிகமாக்கும்.

விட்டுத்
திரும்பிப் பார்த்தால்
எத்தனையோ இது போல.
சந்தித்து, வென்று,
அதன் மேல் நின்று கொண்டு!
அவை முடிந்து போனவை.

அன்று மலைத்தது,
முடித்ததும் இன்று தூசியாய்
சுவடிகளாக
காலமும் மனமும்தான் வேறுபாடு
சந்திப்போம் சவால்களை.
வீண் சங்கடங்கள் எதற்கு?

௯.குடும்ப உறுப்பினர்களுக்கு எழுதியதில் சில

நான் ஒரு பெரிய குடும்பத்தில் பிறந்தவன், வளர்ந்தவன். பெரிய என்றால் எண்ணிக்கையில் அதிகமான என்று பொருள் கொள்க. தாய் வழி பாட்டி எங்களோடுதான் இருந்தார். அப்பா அம்மா. அவர்களுக்கு என்னையும் சேர்த்து நான்கு ஆண் மற்றும் இரண்டு பெண் பிள்ளைகள்.

நான் அறிந்தவரையில் என் வீட்டில் வேறு யாரும் இப்படி கவிதைகள் எழுதுவதில்லை. அதனால் நான் எழுதிக் கொண்டே இருந்திருக்கிறேன்.

யாருக்கு திருமணம் என்றாலும் குழந்தை பிறந்தாலும் அல்லது பிறக்க இருந்தாலும், பிறந்த நாள்களில் விசேட நாட்களில், திருமணங்களின்போது என்று எப்போது வாய்ப்பு கிடைத்தாலும் பேனாவை எடுத்திருக்கிறேன் போல.

'யார் நீ?' என்று அந்த முதல் கவிதை என்னுடைய சின்ன அண்ணன் சோம வீரப்பன் அவர்களுடைய மனைவி, என் சின்ன அண்ணி முழுகாமல் இருந்தபோது, வயிற்றில் இருந்த குழந்தையிடம் சித்தப்பா நான் பேசுவது போல கற்பனை செய்து எழுதியது.

43
யார் நீ

கூட்டுக்குள் குடியிருக்கும் சிசுவே சொல்
முட்டி நிற்குது ஆவல்.

நீ...

தந்தைக்கு மந்திரம் உபதேசித்த குட்டிக் குமரனா?
உலகுக்கு தத்துவம் தந்த பெர்னாட்ஷாவா?
நிறபேதம் ஒழித்த லிங்கனா?
பசு மடியில் பாலுறிந்த கண்ணனா?
பா எழுதி புகழடைந்த கம்பனா?
படையெடுத்து பகைமுறித்த நெப்போலியனா?
கடையெழு வள்ளல்களில் ஒருவனா?
புளியங்கொம்பாய்ப் பிடித்த டயானாவா?
ஆணினத்தை அடக்கி ஆண்ட அல்லிராணியா?
மாமன்கள் கண்ணிலேயே நிற்கும் அம்முவா?

கூட்டுக்குள் குடியிருந்தே என்னைப் பாட வைத்த
உன்னை பற்றி கற்பனையில் களைத்தே போனேன்.

யார் நீ?

யார் என்று கேட்டுவிட்டு நான் இவரா, அவரா என்று சொல்லுகிற பெயர்களைப் பாருங்கள். அந்தக் காலத்தில் யாரெல்லாம் என் கற்பனையில் வந்திருக்கிறார்கள் என்று.

மாமன்கள் கண்ணிலேயே நிற்கும் அம்முவா என்பது என்னுடைய மூத்த சகோதரியின் மகள் அலமேலுவைக் குறிக்கிறது அப்போது அலமேலுதான் எங்கள் வீட்டுச் சின்னக் குழந்தை.

ஒரு பிள்ளை வயிற்றில் இருக்கிறது என்றால், அது பல மாதங்கள் இருக்கும் அல்லவா. கவிஞரும் அதைப்போல ஒரு கவிதையோடு நிறுத்த மாட்டார் அல்லவா. அதே வயிற்றில் இருக்கும் பிள்ளையிடம் மற்றொரு கவிதை சொல்கிறார் சித்தப்பன்.

44

பொறு சிசுவே

அதிமதிகொண்ட ஆற்காட்டு நவாபும்
ஆண் இனத்தை அடக்கியாண்ட அல்லி ராணியும்
படையெடுத்து பகை முடித்த நெப்போலியனும்
எப் 16 ஏவப் பார்க்கும் ஜியா உல்ஹக்கும்

உன்னைப் போலவே
குச்சுக்குள் குடியிருந்து
குடிசையை காலி செய்ய மறுத்து,
முரண்டு பிடித்து, அழுது, புரண்டு.
பின் வெளிவந்து வித்தைகள் புரிந்தனர்.
பொறு சிசுவே.
மூவிரெண்டு திங்கள்.
சிற்றப்பன் நான் வந்து சொல்வேன்
நீ, யாரைப் போல் வரலாம் என்று.

அப்போதைய பாகிஸ்தான் அதிபர் ஜியா ஹுல் ஹஃக் அமெரிக்காவிடமிருந்து வாங்கிய திறன்மிகு எப்16 என்கிற போர் விமானத்தை வைத்து இந்தியாவில் தாக்குவாரா என்கிற பேச்சு இருந்தது என் நினைவுக்கு வருகிறது.

இப்படி ஒரு கவிதையை எழுதிய காரணத்தாலோ அல்லது வேறு காரணத்தாலோ அந்தக் குழந்தை வயிற்றில் தங்காமல் போய்விட்டது.

அண்ணனுக்கு வருத்தம். அதோடு இந்தக் கவிதையும் நினைவு வர, "என்ன ஆனாலும் நீ கவிஞன் அல்லவா! உன் வாக்கு பலித்துவிட்டது. பொறு சிசுவே என்று சொல்லியது, அரம் பாடியது போல் ஆகிவிட்டது. அதனால் நீ அதை மாற்றிப் பாடு" என்றார்.

அடடா நம்மால் இப்படி ஒரு விளைவா என்று கவலைப்பட்டு உடனடியாக மற்றொரு பாடல் எழுதி அனுப்பி இருக்கிறேன்.

45

புரியுது பிரம்மா

வரைவர், அழிப்பர் சித்திரக்காரர்.
சிந்தனை ஒரு முகங்கூட்டி,
சிறந்த படைப்பு அமையும் வரை
ஓய மாட்டார்.

சிவகாமியின் செல்வன்,
பூவிதயம் கொண்ட என் அண்ணனுக்கு
அருமைப் பிள்ளை சமைக்க
நீ எடுக்கும் முயற்சிகள்
புரியுது பிரம்மா.
பிறக்கட்டும் ஒரு கண்ணன்.

அண்ணி மற்றொரு முறை கருவுற்று நல்லபடியாக பிள்ளை பிறந்தது. கண்ணன் பிறக்கவில்லை - கன்னி பிறந்தாள். அந்தக் கன்னி ஸ்ரீவித்யா இப்பொழுது மூன்று பிள்ளைகளுக்கு தாய்.

முன்னுரையில் நான் தற்போது எல்லாம் கவிதை எழுதுவது இல்லை என்று சொல்லி இருந்தேன். ஆனால் இப்பொழுது சமீபத்தில் எழுதிய கவிதை இது.

சக்தி பைனான்ஸில் மேலாளராக பணியாற்றி என்னை பேச அழைத்திருந்த திருமதி மணிமேகலை சரவணன் அவர்கள் கவிதாயினியும் கூட.

அவர்களுடைய கணவர் திரு சரவணன் மருத்துவமனையில் அனுமதிக்கப்பட்டு பல நாட்கள் அங்கேயே இருந்தார்கள். அப்பொழுது அவர்கள் மனநிலையை யோசித்தேன் எழுதினேன்- அவர்களோடு வாட்ஸப்பில் பகிர்ந்தேன். அந்த கவிதைதான் இது.

மின்சாரமும் சம்சாரமும் இல்லாத போது தான் தெரியும் அதன் அருமை என்று பட்டிமன்றத்தில் ஒருவர் சொல்வதைக் கேட்டேன். அதே போன்றது தான் ஆரோக்கியமும் சாதாரணமான வாழ்க்கையும். அவை இல்லாத போது தான் அவற்றின் அருமையை உணர முடியும் அதைச் சொல்கிற கவிதைதான் இது.

46

இயல்பாய் வாழ விடு

இன்னும் எத்தனை நாள் ஆகும் வீடு போக?
என் செய்தேன் இறைவா ஏன் இப்படி சோதனை?
மருத்துவர்கள் மாற்றி மாற்றிச் சொல்ல,
செவிலியர்கள் பாட்டில் மாற்றி மாற்றி மாட்ட,
ஷிப்ட் முடிந்த ஆயாக்கள் மாற,
போதும் இந்த சோதனை.

ஏன் செய்கிறாய் இறைவா இப்படி?
என் செய்தேன் நான் எவர்க்கும்!
எப்போது கிளம்புவோம் இங்கிருந்து?

எடுத்து வந்த பணமும் துணிகளும்
தெம்பும் போதவில்லையே!
கேண்டீன், ஓட்டல் உணவுகள் உமட்டுது.
காசு தண்ணீரில் உப்பாய்க் கரையுது.
மனத்தெம்பு மெல்ல மறையுது.

எப்போது விடுவார் எமை?
வேறொன்றும் வேண்டாம்.
வியாதி ஒழித்து, வீடு திரும்ப விடு.
முன்போல், எவரும் போல்
இயல்பாய் வாழ விடு.

47

தங்கைக்கு திருமண வாழ்த்து

திருமணத்திற்கு கவிதை எழுதுகிற பொழுது மணமக்கள் பெயர்கள் அவருடைய பெற்றோர் பெயர்கள் ஊர் அவருடைய சாதனை ஆகியவற்றை எப்படியாவது முனைந்து பாட்டின் உள்ளே வைக்க வேண்டும்.

வாழ்க்கைத் தத்துவங்களை சொல்ல வேண்டும். நிறைய கவிதைகளில் செய்திருக்கிறேன். அவற்றில் சிலவற்றை மட்டும் பகிர்வதற்கு காரணம் அவை மற்றவர்களுக்கும் ஒத்துவரக்கூடியவை என்பதால்.

தங்கை சித்ரா சுப்பிரமணியம் திருமணத்தில் அண்ணனாக நான் எழுதிய கவிதை.

ஆங்கிலமும் அழகு தமிழும்
பழகுவிதமும் பொதுஅறிவும்
சிக்கனமும் அழகெழிலும்
வரப்பெற்றும் அடக்கத்துடன்

தங்கையாய், மகளாய்,
அத்தையாய், சித்தியாய்
அழகாய் கடமையை செய்தாள்.
செய்வாள் இன்னும் மனையாய்,
அன்னையாய், பாட்டியாய்
என வாழ்த்துகிறேன்.

பெண்ணாய் பிறந்தது இங்கு
பெரும் பிழை என்பார் உண்டு.
பெண்ணாய்ப் பிறந்ததற்கு
பெருமைப்படும் ஆரணங்கு.

மதியாய், மலராய்.
அன்பு வேர் ஆழ, அகலப் புகுந்த
கொடியாய் செடியாய்
கொற்றவை கற்பாய்
மணியாய், தெளிவாய்
மிகுந்திருக்கும் தமிழாய்.

சிறியவள், கடையவள்
சித்திரையாள், சிவப்பவள் மேனியில்
கறுப்பவள் கூந்தலில்
கருக்கலில் தோன்றிய கதிரொளி
மினுக்களாய் மல்லிகையில்

அமர்ந்து, பறந்து, சிறகடித்து,
அடுத்துப் படுத்துப் புரண்டு
மகிழ்ந்து, நெகிழ்ந்து, சிறந்து
வாழும் வண்டாய்க் கொண்டோம்.

மாப்பிள்ளை
ஆண் யானை நிறம் அல்ல. உரமும்.
சிங்கத்தின் பிடரி அல்ல. தலைமையும்.
மானின் பயம் அல்ல. வேகமும்.
வேங்கையின் குணமல்ல. வீரமும்.

ஆற்றலும் அறிவும் பெற்றாய்
மேலும் அன்பும் பண்பும் உருவாகிக் கொண்டதாலும்
நீரே நீரே தான் எங்கள் தமக்கை பூவுக்கு
மெருகூட்டும் நீரே நீரேதான் எனத் தெளிந்தோம்.

எத்தனை பார்ப்பினும், எத்தனை பேசினும்
எவனுக்கு எவள் என்பது எம்மான் சித்தமே
பந்தமும் ஆகலாம். தூரமும் முடியலாம்.
முடியும் காலம் எதுவும் முடியுமே.

48

அம்மா

"அம்மா என்றழைக்காத உயிரில்லையே!" என்று கங்கை அமரன் எழுதினார். அம்மாவைப் பற்றி பாடாத கவிஞர்களும் இருக்க மாட்டார்கள் அல்லவா. பல எழுதி இருக்கிறேன். அவற்றில் ஒன்று. அம்மா அவர்களது 76 வது வயதில் மறைந்துவிட்டார்கள். அதனால் தந்தை 80, சதாபிஷேகம் செய்துகொள்ளும் போது அம்மா உடனில்லை. அது பற்றி அப்பாவின் எண்பதில் எழுதியது.

B3 48 கைலாசபுரம் பில்டவுன்ஷிப்
திருச்சிராப்பள்ளி - 620014

அம்மா சிவகாமி ஆச்சிக்கு
வாழ்ந்திருக்கலாம்..

வசதி வாய்ப்புகளுடன்
வீடுகள் தோட்டங்கள் வாங்கி
பலதும் அனுபவித்து
நிறைவாய் எம் அன்பு மாறா தந்தையுடன்

ஆகியிருக்கலாம்
வயது எழுபத்தி ஏழு
மணவாழ்க்கை ஒரு அறுபத்தி சொச்சம்
மக்கள் மகோன்மதமாய்
பேரன் பேத்தியர் பெருமதிப்பாய்

முடிந்திருக்கலாம்
முழுமையான வாழ்க்கையாய்
இறுதிவரை சிறப்பாய்
அன்பு உறவுகள் கூடி நிற்க
ஓவியமாய் நன்னாளில் சென்றாய்.

சொல்லலாம்
கிடைக்குமா வைகுண்ட ஏகாதேசி?
ஆகா! மகராசி, சுமங்கலியாய்.
வழிபட்டதால் ஏதும் சிரமமின்றி
கடைசி வரை எவரையும் எதிர்பார்க்காமல்

ஆனாலும் அம்மா நீ

இருந்திருக்கலாம்
எண்பது செய்துகொள்ள;
பேரன்பேத்தியர் திருமணங்கள் பார்க்க;
மக்கள் தம் சிரமங்கள் மனம் திறந்து பேச;
தைரியம் மிகுந்த வார்த்தைகள் சொல்ல;
மக்கள் நன்மையே குறியாய் பிரார்த்திக்க;
நல்ல நாள் பெரிய நாளில் மனமார ஆசீர்வதிக்க.

அனைத்திற்கும் மேலாய்
என் தந்தைக்கு உற்ற துணையாய்
இன்னும் பத்தாண்டு.
இல்லை இல்லை. அதற்கு மேலும்

என்ன செய்ய?
தாய் இல்லாப் பிள்ளைகளாக்கிச்
சென்று விட்டாயே
தவிக்கிறோம்.

49

அம்மாவின் நினைப்பில் எழுதியது.

தாயே!

நாளும் தேதியும் ஓடட்டும்
நீ பிரிந்து காலம் ஆகட்டும்
உமை மறப்பது அத்தனை எளிதாமோ
அன்னையே

நீ வேறு நான் வேறு ஆவேனோ
உன்னிடம் பெற்றது ஊன் உடம்பு மட்டுமா
என்னிடம் ஓடுவது உன் குருதி மட்டுமா
என் சிந்தனை எண்ணங்கள்
ஏன் குணங்களும் நம்பிக்கைகளும் நீ தானே

எழுத்தும் பேச்சும் திறமைகளும்
எதையும் ஆழ்ந்து யோசிக்கும் குணமும்
சீரிய தேர்வும் பலரும் பாராட்டும் ரசனையும்
இறை நினைப்பும் தனித்தன்மையும்
கொண்ட முடிவில் விடாப் பிடிப்பும்
ரோஷமும் தொலைநோக்கும் கொண்டது
நீதானே தந்ததும் நீ தானே

நீ பிறந்தது சிறப்பு
வளர்ந்தது வாழ்ந்தது ஓவியம்
மணந்ததும் மதியாளரை
பெற்றதும் சிறப்பாய்
ஐயா செய்த புண்ணியம்
வாழ்க்கை வசதியாய்

50

Let us wait
The apt fruit will ripen

என்னுடைய பெரிய அண்ணன் செந்தில். தாய் தந்தையருக்கு மூத்த பிள்ளை. அவர் ரிசர்வ் வங்கியில் பணியாற்றி சென்னையிலேயே இருந்தார். ஒருமுறை அவருக்கு பதவி உயர்வோடு மும்பைக்கு மாற்றல் கொடுத்தார்கள். அவருக்கு மும்பை போக யோசனை.

அதை முடிவு செய்ய அவர் யோசித்துக் கொண்டிருந்த போது ஆங்கிலத்தில் நான் எழுதிய கவிதை.

To elder brother Senthil when he was in a dilemma on going to Bombay with promotion.

Many on earth are between two
choice is to confer one on you
which is better
only time can answer

But you see...

Life is full of surprises.
Many are pleasant conferring both
let us wait the apt fruit will ripen.

அதன் தமிழ் மொழிபெயர்ப்பு:

உலகத்தில் பலவும் இதுவா அதுவா என்பது போல அவரவர் செய்யும் தேர்வே பலனை முடிவு செய்யும் எது சரி எது நல்லது என்பதை காலம் தான் சொல்லும். ஆனால் பாருங்கள், அதிசயமாய் சில இரண்டையும் தரும்

பொறுத்திருப்போம். காய் கனியட்டும்

51

வாழ்த்த வயதில்லை

என்னுடைய மூத்த சகோதரி சௌந்தர லட்சுமி இராமநாதன் திருமணத்தின் போது நான் எழுதிய கவிதை எனக்கு இப்போது கிடைக்கவில்லை. ஆனால், அதில் எழுதிய சில வரிகள் நினைவிருக்கின்றன.

அவற்றில் ஒன்று, இன்றளவும் பலராலும் பயன்படுத்தப்படுகிற ஒரு சொல்லாடல் நான் எழுதியது. அதை நான் எழுதினேன் என்பதை எப்படி இந்த உலகத்திற்குத் தெரிவிப்பது? என்று ஒரு கவிஞனாக பலமுறை நான் யோசித்தது உண்டு. அந்த வரிகள்

பிரிந்து விட மனமில்லை
பிரியாது இருக்க வழி இல்லை.
வாழ்த்த வயதில்லை.
வாளாவிருக்க மனமில்லை

இதுவும் தங்கை சித்ரா சுப்பிரமணியத்திற்கு எழுதிய பாடல் தான்.

நம் வீடு நம் தந்தை நம் தாய்
எனத் தவழ்ந்த நடந்த எம் பெண்டுகள்
என் கணவன் என் வீடு என் வகை எனச்
சொல்லும் வண்ணம் மாற்றும்

52

மாப்பிள்ளையே வாழி

அழகும் பணமும் ஆரம்ப ஈர்ப்பு.
பொன்னும் மண்ணும் அவசியமாயினும்
மனமும் குணமும் கலக்கும் முறையே
காலம் வெல்லும் சூத்திரம் என்று

வாழ்வீர் நீவீர் நெடுநாள் நிறைவாய்

சமயம் சொல்லும் சாத்திரம் பார்ப்போம்.
சாதனை படைக்கும் விஞ்ஞானமும் வளர்ப்போம்
இடையில் இருக்கும் எளியவர் நாங்கள்
ஏன் என்று கேட்க சக்தி இல்லார் முதுகில்

பொன் வேண்டாள். பொருளும் வேண்டாள்.
தன்னில் வரினும் தரணியும் வேண்டாள்.
தமிழ்க் குலத்தில் பிறந்தாள்.
பதியே உலகென பணிவிடை செய்வாள்.

அடைந்தீர் நீரே வாழ்க வாழ்க

விண்தொடும் வீரர் பலரும். மண் வேண்டா
துறவியர் சிலரும். இன்னும் செல்வரும் பெரியாரும்
வேண்டும் மனையாள் என்று மருகுதல் வியப்பிலை.
பாரும் இந்த சுப்பிரமணியர் இருப்பார் ஒன்றுடனே

ஒருவர் இருவராவதும் இருவர் ஈன்று
வாழ்வதும், பூத்துக்குலுங்கும் அழகாதலும்
மண்ணில் அழகிய விதிகலாதலால்
மதியால் ஒத்து வாழ்வீர் நலமாய்.

தமிழ் பாட்டி பாடிய நல்லறம் செய்ய
வழிகாட்டியாய் கொண்டாள் உமையே.
உமையவள் போலிருப்பாள், உம்மில்
சரிபாதியாய் என வாழ்த்துகிறேன் தமையனே

பெண்ணாய் பிறந்தது இங்கு
பெரும்பிழை என்பார் உண்டு
பெண்ணாய் பிறந்ததற்கு
பெருமைப்படும் ஆரணங்கு

மதியாய் மலராய் அன்பு வேர்
அகல புகுந்த கொடியாய் செடியாய்
கொற்றவை கற்பாய் மணியாய்
தெளிவாய் மிகுந்திருக்கும் தமிழாய்

10.தெரிந்தவர்களுக்கு எழுதியவை

53

திருமண வாழ்த்து 2.4.1988

பெல் நிறுவனத்தில் பணியாற்றியபோது ஒருவரின் திருமணத்திற்கு எழுதியது.

செல்வம் என்பதே செவிக்கு உணவு, செய்வது எதுவும்
செவ்வனவே.
சிந்தனை முழுவதும் சிவப்பு. கனவுகள் சிறியதற்கு எதிர்.
நோக்கம் முழுமையும் பண்பும் பணிவும்
சமமாய் குழைத்து வடித்தவர் யார் உமை?

வேலை மாநகர் ரங்காபுரத்து நடராஜன் சரோஜினி
அம்மாள்
நான்கு பெற்றார் நல்முத்துக்கள் கடையாய் உமை
தொலைநோக்கு, கூர் மதி உடை ஆறுமுகா
காலை புலர் கதிரவன் போல் வாழ்வாய் பிரகாசமாய்

சம்பத்து நவநீதம்மாள் பெற்றெடுத்த நட்புத்துரி மலர்
கைபிடித்து இருவர் ஒருவராகி நன்றாக பூத்துக் குலுங்கி
இல்லறம் இனிதே செய்து மண்ணின் விதிகள் மதித்து
வாழ்வீர் நலமாய் நயமாய் பல்லாண்டு பல்லாண்டு

11.இவையும் இருக்கட்டுமே!

இதுவரை பார்த்தவை எல்லாம் அதன் அளவில் முழுமை பெற்ற பாடல்கள். ஆனால் முழுமை பெறாத சில பாடல்களும் இருக்கின்றன. அவற்றில் ஒரு சில வார்த்தைகள் நன்றாக அமைந்திருக்கிற காரணத்தினால் அவற்றையும் பகிர்ந்துகொள்ளலாம் என்கிற எண்ணத்தில் கொடுக்கிறேன்.

54

எழுதி முடிக்காதவை

வாழ்க வாழ்க வாழ்த்தொலிகள்
வளர்க வளர்க பெருமுழக்கம்
இடையிடையே எங்கோ முணுமுணுப்பு.
எல்லாம் ஓழி பெரு சத்தம்

படபட படவென சரவெடிகள்
கடகட கடவென கைதட்டல்
கருகருவென கடல் தலைகள்
பொறு பொறுவென ஒரு தலைவன்

விறு விறுவென சினமேறும்
குபு குபுவென முகம் சிவக்கும்
தடதடவென நடை மாறி
படவென செயலாற்றும்

சில பல லகு மாற்றி
வெகு அதி சுதி திருத்தி
பதபடு பொருளாக்கி
கனல் அழல் சுடுதனலை
புனல் தெளி பதமாக்கி

வெகு தகு மதி கொண்டு
பதி மனை செயல் போல
நலம் பல செய்துவரும்

திரு திருமால் வள வர
பிடி பிடி இதுதான் தலைவா
பெரு பெரு பெருமை செய்
வளர் வளர் நம் திறமை

உருட்டலும் மிரட்டலும் அவரது பழக்கம்
ஒற்றுமையும் வெற்றியும் நமக்கு வழக்கம்
வெற்றியும் தோல்வியும் உமது கையில்
தோழியரே தோழர்களே ஒரு கணம் நினையும்
நிகழ்கால காரியங்கள் மாற்றுவோம்
பூவுலகை, பூக்கள் உலகமாய் மாற்றுவோம்

வாழ்க வாழ்கவென வாழ்த்தொலிகள்
வளர்க வளர்க பெருமுழக்கம்.

டாக்டர் சோம வள்ளியப்பன்

எழுத்தாளர், சொற்பொழிவாளர், பயிற்றுனர், நிர்வாக ஆலோசகர், சென்னை.

டாக்டர் சோம வள்ளியப்பன் அள்ள அள்ளப் பணம் (10 பாகங்கள்), இட்லியாக இருங்கள் (5 புத்தகங்கள்), ஆளப்பிறந்தவர் நீங்கள், நாட்டுக்கணக்கு (2) உள்பட தமிழில் 90 புத்தகங்களும் ஆங்கிலத்தில் 5 புத்தகங்களும் எழுதியிருக்கிறார். *You Vs You* புத்தகத்திற்காக புகழ்பெற்ற *ISTD* பரிசு பெற்றவர். தமிழ்நாடு அரசின் சிறந்த எழுத்தாளர் பரிசு, கவிதை உறவு பரிசு, நெய்வேலி புத்தக கண்காட்சி சிறந்த எழுத்தாளர் பரிசு, பாரதி தமிழ் இலக்கிய பேரவை பரிசு, சிறுகதைக்கான இலக்கியபீடம் பரிசு, திருப்பூர் தமிழ் சங்கத்தின் சிறந்த இலக்கிய படைப்பு பரிசு (2025) ஆகியவை இவர் எழுத்திற்கு கிடைத்திருக்கும் அங்கீகாரங்களில் சில. 'மேனேஜ்மெண்ட் குரு கம்பன்' என்ற கம்பராமாயணம் குறித்த இவரது நூல் சிறந்த ஆய்வு நூல் என்று பலராலும் பாராட்டப்பட்டது.

ஆனந்த விகடன், நாணயம் விகடன், குமுதம், குமுதம் சிநேகிதி, கல்கி, அமுதபுரபி, புதிய தலைமுறை, சாவி, குங்குமம், மங்கையர்மலர், ராணி உள்ளிட்ட பல முன்னணி தமிழ் மாத வார இதழ்களில் 23 தொடர்களும், தினமணி, தினத்தந்தி, தினகரன், தமிழ் இந்து ஆகிய தினசரிகளில் நூற்றுக்கும் மேற்பட்ட கட்டுரைகளும் எழுதியிருக்கிறார்.

எமோஷனல் இன்டெல்ஜென்ஸ்சில் ஆறு ஆண்டுகள் ஆய்வு செய்து, சென்னைப் பல்கலைகழகத்தில் பி.எச்.டி. பட்டம் பெற்றதுடன், *NF NLP, USA* யின் 'நியுரோ லிங்விஸ்டிக் புரோகிராம்' ன் சர்டிபைடு மாஸ்டர் பிராக்ஷ்டினராகவும் இருக்கிறார்.

மனித வளத்துறையில் BHEL, பெப்சிகோ, வேர்ல்பூல் உள்ளிட்ட நிறுவனங்களில் 25 ஆண்டுகாலம் பணியாற்றிவிட்டு, 2012 முதல் பல்வேறு நிறுவனங்களுக்கு நிர்வாக ஆலோசகராக சென்னையில் இருந்து பணியாற்றுகிறார்.

600க்கும் அதிகமான முழுநாள் பயிற்சி வகுப்புகள் நடத்தியிருக்கும் இவர், கார்பரேட்கள், கல்லூரிகள், முதலீட்டாளர்கள், அமைப்புகளில் பயிற்சி வகுப்புகள் நடத்துவது, பேசுவது தவிர, தமிழின் பெரும்பாலான தொலைகாட்சிகள் நடத்தும் விவாதங்களிலும் பங்கேற்கிறார்.

சூரியன் எப் எம், ஹலோ எப் எம், மிர்ச்சி, ரேடியோ சிட்டி, சிங்கப்பூர் ஒலி வானொலிகளிலும், கலாட்டா, ஆரோயுட்ஸ், நியூஸ்கிளிட்ஸ், பிகைண்ட்யுட்ஸ், அந்திமழை, குமுதம் உள்பட பல்வேறு யுடியூப் சேனலிலும் தொடர்ந்து அவரது கருத்துகளைப் பகிர்ந்து வருகிறார்.

Soma Valliappan என்ற யூ டியூப் சேனலில் இவரது பேச்சுகளைக் கேட்கலாம்.

மேல் விவரங்களுக்கு: *www,writersomavalliappan.in*

தொடர்புக்கு: *writersomavalliappan@gmail.com*

ஆசிரியரின் பிற நூல்கள்

சிறுகதை, நாவல்

1. *பட்டாம்பூச்சிகளின் கண்ணாமூச்சிக்காலம் (குறுநாவல்)*
2. *நெஞ்சமெல்லாம் நீ (Short Stories)*
3. *ஜெமினி சர்க்கிள் ”*
4. *திர்காயுசு ”*
5. *பைவ் ஸ்டார் டிப்ஸ் ”*
6. *திட்டம் 6 (நாவல்)*
7. *தலைமுறைகள் (சிறுகதைகள்)*

நிர்வாகம்

1. *காலம் உங்கள் காலடியில்*
2. *நேரத்தை உரமாக்கு (Time Mgt)*
3. *சிறந்த நிர்வாகி ஆவது எப்படி*
4. *உலகம் உன் வசம் (Communication)*
5. *உறுதிமட்டுமே வேண்டும் (Commitment)*
6. *முன்னேற்றம் இந்தப் பக்கம் (Goal Setting) rs 100*
7. *தள்ளு - மோட்டிவேஷன் நீங்கள் விரும்பும் வேலையை வென்றெடுப்பது எப்படி*
8. *எல்லோரும் வல்லவரே*
9. *நம்பர் 1 சேல்ஸ்மேன் (Sales)*
10. *இட்லியாக இருங்கள் (Emotional Intelligence)*
11. *எமோஷனல் இன்டெலிஜென்ஸ் 2.0*
12. *ரசவாதம் - எதிலும் பெரும் வெற்றி பெற - NLP*
13. *You Vs You (Emotional Intelligence in English - ISTD Prize winner) (ஆங்கிலம்)*
14. *ஆளப்பிறந்தவர் நீங்கள் (Leadership)*
15. *மேனேஜ்மெண்ட் குரு கம்பன்*

16. சொல்லி அடி
17. நான் பேச நினைப்பதெல்லாம் - கண்ணதாசன் பாடல்களில் மேனேஜ்மெண்ட்

மாணவர்களுக்கு

1. நீங்கள் விரும்பும் வேலையை வென்றெடுப்பது எப்படி
2. திட்டமிடுவோம் வெற்றிபெறுவோம்
3. டீன் தரிகிட For Youth
4. மன அழுத்தம் விரட்டலாமா - Stress Management
5. நீங்கள் அசாதாரணமானவர்
6. இந்த முறை நீதான் - 10th and 12th students
7. You are Extraordinary (ஆங்கிலம்)
8. எண்ணிய முடிதல் வேண்டும்
9. சிவப்பு நிற மிதிவண்டி - கதை வழி குடும்ப பொருளாதாரம்

பொருளாதாரம், வியாபாரம்

1. நாட்டுக் கணக்கு (Economics explained in simple manner)
2. நாட்டுக் கணக்கு - 2 (இந்திய பொருளாதாரம் - அன்றும் இன்றும்)
3. வியாபாரத்தில் வெற்றி - தொட்டதெல்லாம் பொன்னாகும்
4. எந்தத் தொழிலிலும் ஜெயிக்கலாம் (Business)
5. நேர்மையாய் சம்பாதிக்க இவ்வளவு வழிகளா (Business)
6. கொஞ்சம் பொருளாதாரம்
7. அதிர்ந்த இந்தியா
8. பொருளாதாரம் - நாட்டிலும் வீட்டிலும்

வாழ்க்கை, உறவுகள்

1. காதல் முதல் திருமணம் வரை
2. மகிழ்ச்சியாக வாழுங்கள்

3. நல்ல மனம் வாழ்க - CSR - Individuals 65
4. அப்பா மகன் - நெருக்கமும் நெருடல்களும்
5. உறவுகள் மேம்பட (People Management)

சுயமுன்னேற்றம்

1. தடையேதுமில்லை - Expanded
2. உஷார் உள்ளே பார்; (About Mind)
3. சொல்லாததையும் செய்
4. மனதோடு ஒரு சிட்டிங் (Mind)
5. யார் நீ? (Personality Developer)
6. உயர உயர
7. உடல் மனம் புத்தி
8. சிக்ஸர் நிர்வாக உத்திகள்
9. உச்சம் தொடு - இவ்வளவுதானா நீ
10. சின்ன தூண்டில் பெரிய மீன்
11. நல்லதாக நாலு வார்த்தை
12. மேன்மை கொள்
13. கவனத்தில் கவனம்
14. Unlock your Mind (ஆங்கிலம்)
15. நேர்பட பேசு
16. சொல்லாததையும் செய் (ஆங்கிலம்)

பங்குச்சந்தை

1. அள்ள அள்ளப் பணம் 1 (About Share market)
2. அள்ள அள்ளப் பணம் 2 (About Share market)
3. அள்ள அள்ளப் பணம் 3 (About Share market)
4. அள்ள அள்ளப் பணம் 4 (About Share market)
5. அள்ள அள்ளப் பணம் 5 (About Share market)
6. அள்ள அள்ளப் பணம் 6 (Mutual funds)
7. பங்குச் சந்தை என்றால் என்ன
8. ஆட்டமா சூதாட்டமா? ஷேர் மார்க்கெட் சீக்ரெட்ஸ்
9. Bulls and Bears - All about Shares
10. Share Bazaar Secrets - Hindi

11. பங்குகளில் பணம்
12. அள்ள அள்ளப் பணம் 10-SIP-செல்வம் சேர்க்க நிச்சய வழி
13. பங்குச் சந்தை - சில குறிப்புகள்
14. *Way to wealth - Shares - MFs-SIP* (ஆங்கிலம்)
15. பங்குச் சந்தைகளில் - ஆசை, பயம், ஏமாற்றல்கள்

பணம்

1. சிக்கனம் சேமிப்பு முதலீடு
2. சிறுதுளி பெரும்பணம் *(Savings)*
3. வீட்டுக்கணக்கு - *Family Finance mgt*
4. நிதி சேமிப்பு முதலீடு வரி - பணம் சந்தேகங்கள் விளக்கங்கள் *Q&A*
5. உலகம் நாடு வீடு
6. பணம் சில ரகசியங்கள்
7. பணமே ஓடிவா *(Different investments, Insurance etc)*
8. தங்கம், வெள்ளி கிரிப்டோ
9. இன்சூரன்ஸ்
10. கடன் - தீதும் நன்றும் *(Loans)*
11. பணம் இன்றி அசையாது உலகு
12. முதலீடுகள் - *Asset Allocation*

பொது / மற்றவை

1. கே.பாலசந்தர் - வேலை டிராமா சினிமா
2. எங்குமிருப்பவர் - சாய் சரித்திரம்
3. அவசரம்
4. நகரத்தார்
5. பூங்கொத்து
6. புத்தகம் என்னவெல்லாம் செய்யும்?
7. குச்சுக் கால் மடக்கி
குவளைக் கை மடித்து... - கவிதைகள்

www.ingramcontent.com/pod-product-compliance
Lightning Source LLC
LaVergne TN
LVHW060118051026
849517LV00007B/2335
* 9 7 8 9 3 9 5 4 7 3 6 9 9 *